D1679825

பண்ணையில் ஒரு மிருகம்

பண்ணையில் ஒரு மிருகம்

நோயல் நடேசன் (பி. 1954)

இலங்கையில் யாழ்ப்பாணத்துக்கு மேலே அமைந்திருக்கும் சிறிய தீவுகளில் ஒன்றான எழுவைத் தீவில் பிறந்தவர். பேராதனைப் பல்கலைக்கழகத்தில் மிருக வைத்தியத் துறையில் படித்துச் சில காலம் இலங்கையில் பணியாற்றினார். புலம்பெயர்ந்து இந்தியாவிலும் சில காலம் தங்கியிருந்தார். முப்பது ஆண்டுகளுக்கும் மேலாக அவுஸ்திரேலியாவில் வாழ்கிறார். தன்னுடைய துறை சார்ந்த அறிவையும் அனுபவத்தையும் மையமாகக் கொண்டு தமிழில் பலவகையான எழுத்துகளை எழுதிவரும் நடேசனுடைய மூன்று நாவல்கள் ஆங்கிலத்தில் மொழிபெயர்ப்பாகியுள்ளன. தவிர, கதைகளையும் அனுபவப் பதிவுகளையும் பயணக் கட்டுரைகளையும் எழுதியிருக்கிறார்; கூடவே அவுஸ்திரேலியாவில் *உதயம்* பத்திரிகையை பதின்மூன்று ஆண்டுகளாகச் சவால்களுக்கும் எதிர்ப்புகளுக்கும் மத்தியில் வெளியிட்டார்.

இது இவரது ஐந்தாவது நாவல். மூன்று சிறுகதைத் தொகுப்புகளும் வெளிவந்திருக்கின்றன.

தொடர்புக்கு: uthayam12@gmail.com

இணையதளம்: noelnadesan.com

ஆசிரியரின் பிற நூல்கள்

மிருக வைத்திய அனுபவங்கள்

வாழும் சுவடுகள் (பாகம் 01)

வாழும் சுவடுகள் (பாகம் 02)

வாழும் சுவடுகள் (மூன்று பாகங்கள் இணைந்த புதிய பதிப்பு)

சிறுகதைத் தொகுப்பு

மலேசியன் ஏயர்லைன் 370

அந்தரங்கம்

பிள்ளைத் தீட்டு

நாவல்கள்

வண்ணாத்திக்குளம்

உனையே மயல் கொண்டு

அசோகனின் வைத்தியசாலை

கானல் தேசம்

பிரயாண இலக்கியம்

நைல் நதிக் கரையில்

நோயல் நடேசன்

பண்ணையில் ஒரு மிருகம்

காலச்சுவடு பதிப்பகம்

● *அன்பார்ந்த வாசகருக்கு,*

வணக்கம்.

காலச்சுவடு நூலை வாங்கியமைக்கு நன்றி.

நூலின் உள்ளடக்கம், உருவாக்கம், அட்டைப்படம் இன்ன பிற அம்சங்கள் பற்றிய உங்கள் கருத்துகளையும் ஆலோசனைகளையும் காலச்சுவடு வரவேற்கிறது. தகவல், எழுத்து, வாக்கியப் பிழைகள் தென்பட்டால் கட்டாயம் தெரிவித்து உதவுங்கள். நூல் தயாரிப்பில் கடும் குறைபாடு இருப்பின் மாற்றுப் பிரதி உங்களுக்குக் கிடைக்கக் காலச்சுவடு ஏற்பாடு செய்யும்.

மின்னஞ்சல்: **publisher@kalachuvadu.com**

காலச்சுவடு நாகர்கோவில் அலுவலகத்திற்குக் கடிதம் அனுப்பலாம்.

தங்கள்
எஸ்.ஆர். சுந்தரம் (கண்ணன்)
பதிப்பாளர் — நிர்வாக இயக்குநர்

பண்ணையில் ஒரு மிருகம் ♦ நாவல் ♦ ஆசிரியர்: நோயல் நடேசன் ♦ © நோயல் நடேசன் ♦ முதல் பதிப்பு: மே 2022, ஏழாம் பதிப்பு: டிசம்பர் 2023 ♦ வெளியீடு: காலச்சுவடு பப்ளிகேஷன்ஸ் (பி) லிட்., 669, கே.பி. சாலை, நாகர்கோவில் 629001

paNNaiyil Oru mirukam ♦ Novel ♦ Author: Noyal Nadesan ♦ © Noyal Nadesan ♦ Language: Tamil ♦ First Edition: May 2022, Seventh Edition: December 2023 ♦ Size: Demy 1 x 8 ♦ Paper: 18.6 kg maplitho ♦ Pages: 152

Published by Kalachuvadu Publications Pvt. Ltd., 669 K.P. Road, Nagercoil 629001, India ♦ Phone: 91-4652-278525 ♦ e-mail: publications @kalachuvadu.com ♦ Printed at: Adyar Students xerox Pvt. Ltd., No. 275 Habibullah Road, Triplicane high Road, Opp Triplicane Post Office, Triplicane, Chennai 600005

ISBN: 978-93-5523-091-1

12/2023/S.No. 1049, kcp 4840, 18.6 (7) uss

வி. பொன்னம்பலம் அவர்களுக்கு

என்னுரை

மதவாச்சியில் 1980ஆம் ஆண்டில் மிகச் சாதாரணமான சிங்கள மக்கள் மத்தியில் எனக்கு வேலை செய்யக் கிடைத்த அனுபவங்கள் 'வண்ணாத்திக்குளம்' நாவலில் மட்டுமல்ல, பிற்காலத்தில் எழுதிய 'கானல் தேசம்' நாவலுக்கும் உதவின.

தமிழகத்தில், ஆயிரத்துத் தொள்ளாயிரத்து எண்பத்து நான்காம் ஆண்டின் இறுதிப் பகுதியில், பண்ணையொன்றில் வேலை கிடைத்தது. அந்த வேலையில் கிடைத்த அனுபவங்களே இந்த நாவலுக்குக் கருப்பொருளாகின.

நான் வாழ்ந்த இடங்கள், ஒரு நாவலாசிரியனாகத் தகவல்களைப் பெறுவதற்கு மட்டுமல்ல, எனது சிந்தனையின் ஓட்டத்தை மாற்றுவதற்கும் உதவின.

இவையே எனக்கு உயர்கல்வி கற்றுத்தந்த பல்கலைக்கழகங்கள். அங்கு வாழ்ந்த சாதாரண மனிதர்களே எனது பேராசிரியர்கள்.

யாழ்ப்பாணத்தின் மத்தியதரக் குடும்பத்தில் பிறந்து, பேராதனைப் பல்கலைக்கழகம் சென்ற எனக்கு, இப்படியான இடங்களில் கிடைத்த அனுபவங்கள் என்னையறியாமல் என்னில் பல மாற்றங்களை ஏற்படுத்தின; இளமையில் கிடைத்த

கல்வி போன்று பேருதவி புரிந்தன, இவையே என்னைச் செதுக்கின!

தமிழகத்திலுள்ள பண்ணையொன்றில் நான் கண்டவற்றில் முக்கியமானது, சாதிரீதியான பிரிவுகள். இலங்கையில் உள்ளதையும்விட வித்தியாசமானவை, ஆழமானவை. அவற்றின் பாதிப்புகள் தொட்டிலிலிருந்து சுடுகாடுவரை நிழலாகத் தொடர்வன. அவை இறப்புப் போல் நிரந்தரமானவை.

மனிதர்கள் சக மனிதர்களுக்கு இழைத்த கொடுமைகள் ஏராளம். ஆனால் அவை பல வரலாற்றில் மட்டுமே உள்ளன. ஐரோப்பியர்கள் ஆப்பிரிக்கரை அடிமைகளாக்கிச் செய்த வியாபாரம் முடிவுக்கு வந்துள்ளது. ஆனால் மதத்தின் பெயரால் உருவாக்கப்பட்ட இந்த வேறுபாடு எப்போது முடிவுக்கு வருமென்று சொல்ல முடியுமா?

இந்தியாவில் சாதி, மத வன்முறையிலிருந்து நாட்டின் பிரிவினைவரைக்கும் தோற்றுவாயாக இருப்பது இந்தச் சாதிப் பேதமாகும்.

பிறப்பின் அதிர்ஷ்டத்தால், உயர்சாதி என்ற சமூகச் சூழலில் பிறந்தவர்களுக்கு அதனால் ஏற்படும் சிறிய நன்மைகளை தாங்கள் இழக்க விரும்பாததால் பெரிய துயரங்கள் தொடர்கின்றன. அதே வேளையில், தாழ்த்தப்பட்ட மக்கள் அதற்கு எதிராகப் போராடாது இருப்பதும் துயரமே. அவர்களுடைய தலைவர்கள் அதைத் தங்கள் அரசியலுக்குப் பயன்படுத்திக்கொள்கிறார்கள். சாதி வேறுபாடுகளைப் பேணிப் புதையலைக் காக்கும் பூதங்களாகிறார்கள்.

இப்போ பிராமணர் போன்ற உயர்சாதியினரைவிட ஒடுக்குமுறையில் ஈடுபடுவது வன்னியர், நாடார், தேவர் போன்ற இடைச்சாதியினரே என்பது நான் கண்ட உண்மை. அவர்களே எண்ணிக்கையில் அதிகமாக உள்ளதால் வன்முறையில் ஈடுபடுகிறார்கள்; இதற்குப் பொருளாதார நோக்கமும் உள்ளது.

இந்தியாவில் இதுவரையில் விவசாயிகளிடமும் தொழிற்சாலைகளிலும் ஏற்பட்ட தொழிற்சங்க அமைப்புகள் எதுவும் பெரிதாக விவசாயக் கூலி மக்களிடம் உருவாகவில்லை. காகிதங்களில் புரட்சி நடத்தும் இடதுசாரிகளுக்கு, தலித் மக்கள் தொழிலாளர்களல்லர். இந்த மக்கள் சாதிரீதியாகப் பிரிக்கப்பட்டிருப்பதால் ஒடுக்குமுறையின் விளைநிலமாக இருக்கிறார்கள்.

கிராமங்கள் நகரமயப்படும்போது இவர்கள் பண்ணைக் கூலிகளிலிருந்து குவாரித் தொழிலாளர்களாகிப் பின்னர் கட்டடத் தொழிலாளர்களாக உயர்வுபெறுகிறார்கள் என்பது கசப்பான உண்மை.

இதை மேலும் அணுகிப் பார்த்தால் அங்கு மிகவும் அடித்தளத்தில் இருப்பது கூலிப் பெண்களே. இரவுகளில் அவர்களது ஆண்களால் இவர்கள் வீடுகளில் ஒடுக்கப்படு கிறார்கள்; பகலில் வேலை செய்யுமிடங்களில் பலவிதமாகத் துன்புறுத்தப்படுகிறார்கள். இவர்களுக்கு எட்டுமணிநேர வேலை, வார விடுமுறை, மருத்துவ விடுப்பு என்ற விடயங்கள் கானல் நீரே.

இவர்களே தற்கால இந்தியாவை உருவாக்கும் சிற்பிகள். விவசாயப் பண்ணைகள், கல் குவாரிகள், பெரிய கட்டடங்கள் எங்கும் இவர்களே நிறைந்துள்ளார்கள்.

அப்படியானவர்களில் சிலரே இந்தச் சிறிய நாவலின் கதாபாத்திரங்கள்; மிகுதியை உங்களிடம் விடுகிறேன்.

என்னுரையை முடிக்கும் முன் மீண்டும் அழுத்தம் கொடுக்க விரும்புவது நாவலின் காலம் அது 1984இன் ஆரம்பம் தொட்டு 1986 வரையாகும்.

இதை மாய யதார்த்தம் அல்லது ஃபன்ரசியாக எழுதியதால் உண்மைக்கும் கற்பனைக்கும் இடைவெளியற்ற தன்மை உருவாகியுள்ளது. அதே வேளையில் தன்மொழியில் எழுதியது, வாசகர்களைக் கதைக்கு நெருக்கமாக எடுத்துச்செல்லும் என்பது என் நம்பிக்கை.

இந்தக் கதை நடக்கும் பகைப்புலத்தை மனத்திரையில் காட்டுவதற்காகப் புனைவு மொழியும் படிமக் கூற்றுக்களும் உதாரணங்களுடன் சொல்லப்பட்டுள்ளன. அப்படியான தேவை என்ன எனக் கேட்கலாம். இந்தப் பண்ணை, அதைச் சுற்றியுள்ள கிராமங்களோடு தற்போது சென்னை நகரமயமாக்கத்தால் விழுங்கப்பட்டுவிட்டன. எனவே, இந்தக் கதை வரலாற்றின் ஒரு சிறிய புள்ளியாகப் பிற்காலத்தில் பார்க்கப்படலாம். நிச்சயமாக எனது வரலாற்றில் இந்தப் பண்ணை ஓர் அத்தியாயம் ஆகும்.

இந்த நாவலுக்கு முன்னுரை எழுதிய ஓய்வுபெற்ற ஐ.ஏ.எஸ். அதிகாரியும் எழுத்தாளருமாகிய சிவகாமிக்கும் அவரை எனக்கு அறிமுகப்படுத்திய கவிஞர் சல்மாவுக்கும் நாவலைப் படித்துக் கருத்தைச் சொன்ன கவிஞர் க. மோகனரங்கனுக்கும் எனது நன்றி.

இந்த நாவலை ஒப்புநோக்கிய தயாளன் பரராஜசிங்கம், கவிஞர் கருணாகரன், செந்தூரன், சென்னை உரையாடல்களைச் சரிபார்த்த சாந்தி சிவகுமார், நண்பர்கள் முருகபூபதி, ஆ.சி. கந்தராஜா, கிருஷ்ண பிரபு ஆகியோருக்கும் எனது நன்றிகள்.

மிகுதி வாசகர்களிடம்.

அவுஸ்திரேலியா நடேசன்
19-07-2021

இலங்கையும் தமிழகமும் சந்திக்கும் புள்ளிகள்

கே. டானியல், செ. கணேசலிங்கன், இளங்கீரன், நீர்வை பொன்னையன், காவலூர் இராசதுரை, டொமினிக் ஜீவா, செ. யோகநாதன், எஸ். பொ., தெணியான், பெனடிக்ற்பாலன், என்.கே. ரகுநாதன் போன்றோரின் சாதிப் பாகுபாட்டிற்கு எதிரான இலக்கிய வரிசையில் சிறந்த இடத்தைக் கொண்டிருப்பவர், இலங்கையைத் தாயகமாகக்கொண்டு தமிழ்நாட்டில் சில காலம் வாழ்ந்து, பல வருடங்களாக ஆஸ்திரேலியாவில் வாழ்ந்துவரும் எழுத்தாளர் நோயல் நடேசன்.

'அசோகனின் வைத்தியசாலை', 'வண்ணாத்திக்குளம்', 'உனையே மையல் கொண்டு' முதலான புகழ்பெற்ற புதினங்களையும், 'மலேசியன் ஏர்லைன்ஸ் 370' என்ற சிறுகதைத் தொகுப்பையும் வரவாக்கி, 'வாழும் சுவடுகள்' என்ற தனது பணி சார்ந்த கட்டுரைகளுடன் 'நைல் நதிக் கரையில்' என்ற பயண இலக்கியத்திலும் கால்பதித்தவர் நோயல் நடேசன்.

இவருடைய படைப்புகள் தமிழுக்குப் பெருமை சேர்க்கக் கூடியவை. இவருடைய 'பண்ணையில் ஒரு மிருகம்' 1980களில் தமிழகத்தைக் களமாகக் கொண்டு எழுதப்பட்ட புதினம்.

கால்நடை மருத்துவரான நோயல் நடேசன் கால்நடைப் பண்ணையில் சில காலம் தங்கியிருந்த சொந்த அனுபவத்தை அடிப்படையாகக் கொண்டது

இந்த நாவல் என்றாலும், எழுத்தாளர் என்ற உண்மையும் கதாபாத்திரம் என்ற புனைவும் ஒன்றோடொன்று இணைந்து எழுதிய சிறந்த படைப்பாக இதைக் காண்கிறேன்.

புதினத்தின் தலைப்பில் உள்ள மிருகம் என்ற வார்த்தை ஆடு, மாடு போன்ற கால்நடைகளைக் குறிப்பதில்லை.

தமிழகச் சமுதாயத்தைப் போலவே இலங்கைத் தமிழ்ச் சமூகமும் சாதிகளினால் கட்டமைக்கப்பட்டதே. பரந்துபட்ட வாழ்க்கை, உயர்கல்வி, புலம்பெயர்ந்த வாழ்க்கை ஆகியவை எழுத்தாளரைச் சாதிக்கப்பாற்பட்டு நிறுத்துவதோடு, சாதிக்கெதிரான விமர்சனக் கண்ணோட்டம் கொண்ட போராளியாகவும் மாற்றிவிடுகிறது.

சுய எள்ளலும் பரிகாசத்துடன் கூடிய அவலச் சுவையும் நோயல் நடேசனின் எழுத்துகளில் விரவிக்கிடக்கின்றன. 'மலேசியன் ஏர்லைன்ஸ் 370' என்ற தொகுப்பில் உள்ள 'இது எங்கள் கதை' எனும் சிறுகதையில் மருத்துவ மாணவர்களின் பரிசோதனைக்காக இறந்தவர்கள் சடலங்கள் தேவை எனும்போது, தாமதமாக வரும் சில மாணவர்களுக்குச் சடலம் கிடைக்கவில்லை. அப்போது "எங்கள் தேசியத் தலைவர் இருக்கும் மட்டும் அதற்குப் பிரச்சினை இல்லை" என்று பரிசோதனைக் கூடத்தில் வேலை செய்யும் இராசரத்தினம் கூறுகிறார்.

தேசியத் தலைவர் என்று யாரைக் கூறுகிறார் என்பது எல்லோருக்கும் தெரிந்தே உள்ளது. வீரம் விளையும் களம என்று இங்குள்ள தமிழர்கள் பெருமை கொண்டிருக்கும்போது, தலைவர் இருக்கும்வரை சடலங்களுக்குப் பஞ்சமில்லை என்று சொல்வது கூரிய விமர்சனமாக உள்ளது!

சிறுகதைகளின் உரையாடல்களில் நோயல் விட்டெறிந்திருக்கும் கூரிய விமர்சன அம்புகளும், சீரிய சிந்தனைக்குள் தள்ளிவிடும் பகடிகளும் ஏராளம்.

"இந்த ஊரில் உப்புத்தான் கட்டுபடியாகிற விலையில் கிடைக்கிறது."

"சின்னவனை ஆமி பொலிஸில பிடிபடாம காப்பாத்தி, இருந்த காணி நகைகளை வித்து வெளிநாட்டுக்கு அனுப்பினன். அவன் இத்தாலியில் ஜெயிலுக்குள்ள இருக்கிறானாம்."

போரினால் சின்னாபின்னமாகியிருக்கும் இலங்கையின் பொருளாதாரத்தையும் புலம்பெயர்ந்தவர்களின் வாழ்க்கையையும் சிறுசிறு வாக்கியங்களில் தீவிர வாசிப்புக்கிடமாக்கிவிடுகிறார்.

“இலங்கையில் உள்ள தமிழர்களுக்கு எழுபது வயதில் இயற்கை மரணம் மகிழ்ச்சிக்குரியது என்பது எனது சிந்தனை.”

எண்ணற்றவர்கள் உள்நாட்டுப் போரில் மடிந்தது கண்டு இயற்கை மரணம் கொண்டாடப்படக்கூடியது என்ற மனநிலை துயரத்தின் வெளிப்பாடு மட்டுமல்ல, போருக்கெதிரான கூப்பாடு என்பதைச் ‘சாந்தி தேடும் ஆவி’ என்னும் கதையின் நீண்ட உரையாடல் மூலம் அறியலாம்:

“சிறிது நேரத்தில் அவரே மவுனத்தைக் கலைத்தார்.

“விடுதலைப் புலிகள் காலத்தில் மக்கள் கஷ்டங்களை அனுபவித்தார்கள்தான். அதை ஏற்றுக்கொள்கிறேன். அப்போது விடிவு வரும் என்ற எதிர்பார்ப்பு இருந்தது. கஷ்டம் தெரியவில்லை. ஆனால் இப்பொழுது எதிர்காலத்தை நினைக்காமல் கஷ்டத்தை அனுபவிக்கிறோம்.”

இதற்குப் பதில் சொல்வதா இல்லையா என யோசித்துவிட்டு, “இதெல்லாம் மனம் சம்பந்தப்பட்ட விடயம். விடுதலைப் புலிகள் ஆட்சியில் தமிழ்ப் பிரதேசங்களில் பதினைந்து வருடங்கள் மக்கள் வாழ்ந்திருக்கிறார்கள். கட்டாய வரிகள், கட்டாய ஆள்சேர்ப்பு, தண்டனைகள் எனக் கொடூரமாக இருந்தது எனச் சிலர் சொன்னார்கள். உடலுறவுக்கு மட்டும் வரி விதிக்காமல் மற்ற எல்லாவற்றிற்கும் வரி விதித்தார்கள் என வெளிநாட்டி லிருந்து வன்னிக்குப் போய்வந்தவர்கள் சொன்னார்கள்.”

“இதைச் செய்யக் காரணம் தமிழ் ஈழத்திற்கு அதிகமானவர்கள் தேவை என்பதாகும்” அதைச் சொல்லிவிட்டுச் சிரித்தார். அந்தச் சிரிப்பில் கனமான சூழ்நிலையின் இறுக்கம் தளர்ந்தது. உடலுறவு பற்றிய விடயம் பேசும்போது மத்திய வயதானவர்களிடம் நட்பு உருவாகிறது.

“நீங்கள் புலிகளை எதிர்ப்பவரா?”

“நான் விடுதலைப் புலிகளின் போராட்ட வழிமுறைகளை மட்டுமல்ல இலங்கையில் பிரிவினையையும் எதிர்ப்பவன்.”

“நீங்கள் சிங்களவர்களை நம்புகிறீர்களா?”

“நம்புவது நம்பாதது இங்கே விடயமில்லை. இந்த நாடு பிரிந்து வாழச் சர்வதேசம் அனுமதிக்காது. இந்தப் பிரிவினைப் போராட்டம் ஒடுக்கப்படும்போது மக்கள் அநியாயமாக அழிவார்கள் என்பது எனக்குப் புரிந்திருந்தது.”

“இது ஏன் மற்றவர்களுக்குப் புரியவில்லை?”

“இதற்கு நான் எப்படி பதில் சொல்ல முடியும்? இது நான் சம்பந்தப்பட்ட விடயம். எனது அனுமானம் ஒன்று உண்டு. இலங்கையில் தமிழ்ச் சமூகம் தகப்பனுக்கு உண்மை சொல்லப் பயந்து வளர்ந்தது.

பாடசாலையில் ஆசிரியருக்கும் அதன் பின் இராணுவத்துக்கும் இயக்கத்துக்கும் பயந்து உண்மை பேச மறுத்து வளர்ந்ததால் கடைசிவரையிலும் அப்படியே வாழ்ந்துவிட்டது.

வாக்குகளுக்காக அரசியல்வாதிகளும் பொய் பேசினார்கள். அகதி அந்தஸ்துக்கு வெளிநாடு சென்ற தமிழரும் பொய் பேசினார்கள். இந்த நிலையில் மூளை பிசகானவர்கள் மட்டுமே உண்மை பேசுவார்கள். காந்தியைப் போல் ஒருவர் வந்து சத்தியமேவ ஜெயதே... என்றால் தலையில் போட்டுவிட்டுத்தான் மறுவேலை பார்ப்பார்கள்.”

“யார் அந்த காந்தி? இயக்கத்துக் காந்தியை, ராஜீவ் காந்தியையும்தானே போட்டாகிவிட்டது.”

கதாபாத்திரங்கள் மூலம் நிகழ்த்தப்படும் உரையாடல்கள் இலங்கையின் பெரும்பான்மைக் கருத்துகளுக்கு மாற்றுக் கருத்தாளர்களும் தங்கள் விமர்சனத்தை வெளிப்படையாக இல்லாவிட்டாலும்கூடத் தொடர்ந்து கூறிக்கொண்டுதான் வந்திருக்கிறார்கள் என்பதை உணர்த்துகிறது.

நோயல் நடேசனின் பரந்துபட்ட சிந்தனை பற்றிய ஓரளவு அறிமுகத்துடன் ‘பண்ணையில் ஒரு மிருகம்’ என்ற நாவலுக்குள் நுழையும்போது தமிழகத்தின் சாதியச் சமூகம் குறித்து அவர் என்ன கருத்து கொண்டிருந்திருப்பார் என ஓரளவு ஊகிக்க முடிகிறது.

இலங்கைத் தமிழரையும் தமிழகத்தையும் இணைத்திருப்பது வெறும் மொழி மட்டுமல்ல. மொழியினால் ஊட்டம் பெற்ற பண்பாட்டின் வழி ஊடுருவியிருக்கும் சாதியமும்தான். கே. டானியல் உள்ளிட்ட பல எழுத்தாளர்களின் படைப்புகள் இதை உணர்த்தியிருக்கின்றன. இந்நாவலில் தமிழகக் கிராமப்புறத்தில் அமைந்துள்ள ஒரு கால்நடைப் பண்ணைக்கு, கால்நடை மருத்துவராக வருகிறார் கதைசொல்லி.

கிராமப்புறமானது சாதி மிகத் துல்லியமாக வரையறுக்கப் பட்ட பகுதி. வெளியிலிருந்து வரும் எவரையும் வியக்கவைக்கும் அளவில் மிகக் கொடூரமாகப் பரவியிருக்கும் ஒரு வியாதி.

பண்ணைக்கு வரும்முன் அங்கு நடந்த ஒரு பெண்ணின் கொலை, தலித் சிறுவர்கள் இருவர் அங்கு வேலை செய்யும்

இடைநிலைச் சாதியைச் சேர்ந்த ஒருவரால் மூர்க்கமாகப் பாலியல் பலாத்காரம் செய்யப்படுவது, சாதி மறுப்புக் காதலுக்கும் கொலைவெறிகொள்ளும் நிலவுடைமைச் சமூகம், இன்னும் பலவகைகளில் தலித் சமூகம் சுரண்டலுக்கு உள்ளாக்கப்படுவது, சாதாரணப் பழக்கவழக்கங்களிலும் ஒளிந்திருக்கிறது. மனித மாண்பைக் கொல்லும் சாதியத்தின் பல காட்சிகளை விவரிக்கிறார் கதைசொல்லி.

கதைசொல்லியின் நிலையிலிருந்து சில மாற்றங்களை முன்மொழிகிறார். காலப்போக்கில் இருபதாண்டு காலத்திற்குப் பிறகு அதே பண்ணைக்குத் திரும்பிச் செல்லும்போது ஏற்பட்டிருக்கின்ற மாற்றங்களைச் சுட்டிக்காட்டுகிறார்.

கூடவே சில அமானுஷ்ய நிகழ்வுகள் எப்படிச் சாதிக் கொடுமைக்கெதிரான நியாயங்களை வழங்குகிறது என்று கதை நெடுக அதற்கான களம் அமைத்துக் கதையினூடாகவே வலிமையுடன் கூறிவருகிறார்.

உடைமைச் சமூகத்தின் ஆதரவில் கூலியாட்களாகப் பிழைப்பு நடத்திக்கொண்டு, வாய் பேசத் துணிவற்றுக் கொடுமைகளைச் சகித்துக்கொண்டு வாழும் பரிதாபத்துக்குரிய தாழ்த்தப்பட்ட சமூகத்தினரை ஒருபக்கமும், காலம் காலமாக மனச்சாட்சி, மனித மாண்பு இல்லாமல் சாதியின் பெயரால் சுரண்டிவரும் உடைமைச் சமூகத்தினர் மறுபக்கமுமாகப் பிளவுண்டு கிடக்கும் கிராமச் சமூகத்தில், வேற்று மனிதராக உள்நுழைகிறார். மருத்துவர் ஏற்கெனவே இலங்கையில் தன் இளமைக் காலத்தைக் கழித்திருந்தாலும், இச்சூழலில் முற்றிலும் அந்நியமாகத் தன்னை உணர்கிறார். காரணம், வேலை செய்யும் சூழலில் அவருக்கு மேலும் கீழும் வேலை செய்பவர்களிடையே உறவாடும்போதுதான் சாதி உக்கிரமாக வெளிப்படுகிறது.

உணவு அருந்துதல் தொடங்கி யார் உள்ளே வரலாம், யார் வீட்டுக்குப் போகலாம், யார் வீட்டுக்குப் போகக்கூடாது, உரையாடும் மொழிவரை துல்லியமாகக் கவனித்துச் சாதி என்ற பலமுனைக் கத்தியைப் பட்டை தீட்டிப் பார்வைக்கு வைக்கிறார்.

தலித் மக்களைக் கரையேற்றுவதில் பல பார்வைகள் உண்டு. காந்தியம், தலித் மக்களை இந்துக்கள் என்னும் சாதி அமைப்பு வேலைப் பாகுபாட்டிற்கான பொருத்தமான ஏற்பாடு எனவும் கருதுகிறது. சாதி இந்துக்கள் என்ற ஆதிக்கச் சாதியினர் பொறுப்புள்ள தர்மகர்த்தாக்கள் என்றும் இரக்கமுள்ள

தகப்பனார்கள் என்றும் ஆகவே, தாழ்த்தப்பட்டவர்கள் இவர்களிடம் பாதுகாப்பாக இருப்பார்கள் என்றும் காந்தி நம்பினார்.

காந்தியின் ராமராஜ்யம் இதுதான். தர்மகர்த்தா – தகப்பனார் என்று கூறுவதில் சில வசதிகள் உண்டு. அடித்து உதைத்து வதைத்தாலும் பிள்ளைகளின் நன்மைக்கே என்று நம்புகிறவர்கள் இன்றும் நம்மிடையே இருக்கத்தானே செய்கிறார்கள்?

இத்தகையவர்களின் ஆதரவைப் 'பண்ணையில் ஒரு மிருகம்' சுரண்டல், வன்முறை, வல்லுறவு என்றே மொழிபெயர்க்கிறது.

கதைசொல்லி மார்க்ஸிய ஆர்வலர். அவ்வப்போது இறுக்கத்திலிருந்து தன்னைத் தளர்த்த அவருக்குத் திறந்துவைத்த சன்னலிலிருந்து வந்து வெற்றுடம்பில் மோதும் காற்றும் மார்க்ஸிய இலக்கியமும் உதவியாக இருக்கிறது.

இந்திய மார்க்ஸியம் சாதியைப் பொருளாதாரத்தோடு இணைந்த அடிக்கட்டுமானமாகப் பார்ப்பதில்லை. இந்தியா வல்லரசாக வேண்டும். அதன்மூலம் ஏழ்மையும் அகற்றப்படும் என்கிற அடிப்படைவாதச் சிந்தனைக்கும், பொருளாதார மாற்றத்தால் சாதியம் அழிந்துவிடும் என்ற இந்திய மார்க்ஸியச் சிந்தனைக்கும் பெரிய வேறுபாடில்லை.

சாதியானது பொருளாதார அடிக்கட்டுமானத்தில் எழுந்த மேற்பூச்சு என்று இந்திய கம்யூனிஸ் கட்சி அறிக்கை கூறுகிறது. நிலவுடைமையே இந்தியாவிலும் தமிழகத்திலும் சாதியமைப்பாக இருக்கிறது.

1980களின் நாவலாக இருப்பதால் அம்பேத்கர் சிந்தனைத் தாக்கம் குறைவாக உள்ளதை அறிய முடிகிறது. அயோத்திதாசர், அம்பேத்கர் ஆகியோரின் வாழ்வும் போராட்டங்களும் இத்தகைய மாற்றங்களைத் தீவிரப்படுத்தியுள்ளன. ஆனால் இந்த நாவலின் காலகட்டம், இவர்களின் சிந்தனைகள் பரவத் தொடங்காத காலகட்டம் என்பதையும் கருத்தில் கொள்ள வேண்டும். வருணப் பாகுபாடு என்பது அகமணத்தை மிகவும் இறுக்கமாகக் கடைப்பிடிப்பதன் விளைவாகச் சாதியாக உருவெடுக்கிறது. பின் சாதியை இறைமையோடு தொடர்புபடுத்தி முற்பிறவி, சொர்க்கம், நரகம் போன்ற பல புனைவுகள் கொண்ட புராணங்களை உள்ளடக்கிய இந்து மதம் ஆதரித்து வளர்த்துவருவதும், சாதியமைப்பு தொடர்ந்து நீடித்துவருவதற்கான காரணங்கள் எனக் கண்டார்கள் அயோத்திதாசரும் அம்பேத்கரும்.

சாதி ஒடுக்குமுறையிலிருந்து மீள்வதற்கான போராட்டங்கள், ஒடுக்கப்பட்டவர்களின் விழிப்புணர்வு – கல்வியிலிருந்து தொடங்குகிறது என்றாலும், சுயச்சார்பு கொள்ளும் பொருளாதார விடுதலை, நிலமானிய முறை ஒழிப்பு, மூடநம்பிக்கைகள் கொண்ட இந்து மதத்திலிருந்து வெளியேற்றம் போன்ற பலவற்றை உள்ளடக்கியுள்ளது.

'பல் விளக்கிச் சுத்தமாக இருங்கள்' என்ற சனாதனக் கூட்டத்தின் அறிவுரைகள், மாட்டு மாமிசம் உண்டது தீண்டாமைக்கு வழிவகுத்தது போன்ற பொய்ம்மையான பரப்புரைகள், தீட்டு-புனிதம் என்கிற கோட்பாடுகள் முதலானவை புழக்கத்திலிருக்கின்ற சமூகத்தில், இழிநிலைக்குத் தள்ளப்பட்ட தலித் மக்கள் மீண்டெழுவது நீண்டகாலச் செயல்முறையைக் கொண்டிருக்கிறது.

கதைசொல்லி இளைஞன், பிறர் கண்களுக்குப் புலப்படாத நீதிகேட்டு அலறும் ஒரு பெண்ணின் குரலைக் கேட்கிறான். கறுப்பின் பேரழகில் நல்ல உடற்கட்டுக் கொண்ட, இறந்ததாக அதாவது கொலைசெய்யப்பட்டதாகக் கூறப்படும் ஒரு பெண்ணின் குரல் அது!

இது நல்ல கற்பனை அல்லது கனவு! அல்லது கனவு, கற்பனை என எல்லாவற்றையும் மீறிய குழப்ப நிலையிலுள்ள அமானுஷ்யம்! அல்லது உண்மை என்று நம்ப முடியாமலும், மாயை என்று ஒதுக்க முடியாமலும் உள்ள தனிமனித அனுபவம்.

ஓர் அமானுஷ்யத்தை உருவாக்கி உலவவிடுவது கூட அங்கே நீதி மறுக்கப்படும் சமுதாயத்தை அல்லது தனிமனிதர் களைக் காப்பாற்றும் பொருட்டுத்தான்.

அமானுஷ்யம் இன்னமும் விளங்கிக்கொள்ளாத புதிராகவே உள்ளது. புத்தர் பிறப்பதற்கும் முன்பாக அவர் வருகையை அறிவிக்கும் கனவு ஒரு யோகிக்கு வந்தது.

அவர் பிறந்த பிறகு உலக லௌகீகங்களிலிருந்து விடுபட்டு உலகுக்கு வழிகாட்டும் ஒளியாக இருப்பார் என்று ஆருடம் கூறியது அக்கனவு. இவையெல்லாம் இன்றுவரை விஞ்ஞானத்தால் விளக்கப்படாதவையாகவே உள்ளன. இயேசுவின் வருகையை அவர் பிறப்பதற்கும் முன்பே தீர்க்கதரிசிகள் உரைத்தனர்.

மரியாள் யோசப்பைக் கூடாமல், பரிசுத்த ஆவி தன்மேல் இறங்க ஒரு குழந்தையைக் கருத்தரித்தார். அவர் பிறந்ததன் அறிகுறியை நட்சத்திரங்கள் வெளிப்படுத்த மூன்று ராஜாக்கள் அது கண்டு, மாட்டுத் தொழுவத்தில் பிறந்த குழந்தை யேசுவைத் தரிசிக்கின்றனர்.

முகம்மது நபிகள் தன் மூலம் வந்த குர்ஆன், இறைத்தூதர் கேபிரியல் தனக்குக் கூறியதுதான் என்று உரைத்திருக்கிறார். அமானுஷ்யம் 'தான்' விளைவிக்கும் நற்செயலால் அற்புதம் -- அதிசயம் போன்ற பதங்களை ஏற்றுக்கொண்டுவிடுகிறது.

ஒவ்வொருவர் வாழ்க்கையிலும் வியக்கத்தக்கவகையில் அல்லது சாதாரணவகையில் இத்தகைய அசாதாரண நிகழ்வுகள் நடக்கின்றன. ஒரு தட்டில் பலாச்சுளைகளை வைத்துக்கொண்டே புத்தகம் படித்த சிநேகிதி ஒருத்தி அந்தப் புத்தகத்தில் வந்த கதையிலும் ஒரு பெண் தட்டில் பலாப்பழம் சாப்பிட்டுக்கொண்டே கதை படிக்கிறார் என்பதை வாசித்துவிட்டு இது என்ன வகையான ஒற்றுமை என வியந்தார். இத்தகைய ஒற்றுமைகள் வியப்புக்குரியவையாக உள்ளன.

ப. சிவகாமி

1

வேலை

1985, மாசி மாதம் 18ஆம் திகதி, திங்கட்கிழமை காலை பத்துமணி.

"டாக்டர், உங்களுக்கு எல்லாம் சொல்லி யிருப்பார்கள். ஆனால் நான் சொல்லப் போவது அவர்கள் சொல்லாத விஷயம். இதற்கு முன்னர் இங்கிருந்த டாக்டர், வேலை செய்யும் பெண்ணோடு தகாத முறையில் நடந்துகொண்ட தால் வேலையிலிருந்து நீக்கப்பட்டார். அவருக்கு வேலை போனது பெரிய விஷயமல்ல. ஆனால் அந்தப் பெண் கிணற்றில் குதித்துத் தற்கொலை செய்துகொண்டதுதான் மனதுக்குக் கஷ்டமாக இருக்கிறது. இதன் பின்னர் ஆறு மாதங்களாக இந்தப் பண்ணையில் டாக்டர் இல்லை."

இரண்டு நாட்களுக்கு முன்னர் வந்த வேலைக் கான கடிதத்தை எடுத்துக்கொண்டு இன்று இந்தப் பண்ணைக்கு வந்த சில நிமிடங்களில் அங்குள்ள மேஸ்திரியால் இருண்ட அறைக்கு அழைத்துச் செல்லப்பட்டு எச்சரிக்கை செய்யப்பட்டேன்.

அவருக்குப் பதில் சொல்ல எனது நெஞ்சில் ஈரமில்லை. நெஞ்சில் மட்டுமல்ல, நாக்கும் உலர்ந்து விட்டது. அப்படியே ஒடுங்கிவிட்டேன். பாதையில் சென்ற என்னை வாகனமொன்று மோதி நிலத்தில் தள்ளியது போன்ற நிலையை அடைந்தேன். பழைய நிலையை அடையச் சில நிமிடங்கள் தேவைப்பட்டன. மேஸ்திரியின் வார்த்தைகள் துளைத்த காயத்திலிருந்து மீண்டும் சுயமாகி,

என்னைச் சமாளித்தபடியே பாடசாலைச் சிறுவனைப்போல் தலையைப் பலமாக இரு பக்கமும் ஆட்டினேன். அப்போதும் உலர்ந்த நாக்கில் வார்த்தைகள் சிக்காமல் கள்ளன், பொலிஸ் என ஒளிந்து விளையாடின. தளர்ந்துபோயிருந்த உடலுக்கு எனது கையிலிருந்த சிறு பெட்டி ஈயக்குண்டாகியது. அங்கிருந்த கட்டிலில் எனது பெட்டியை வைத்துவிட்டு நான் நின்ற அறையை அந்த இடத்திலே அசையாமல் நின்று, கண்களால் சுற்றி மேய்ந்தேன்.

எதிர்பாராதபோது யாரோ ஒருவர் முகத்தில் கொதிநீரை நேரெதிரில் நின்று எற்றியது போன்று அவர் சொன்ன வார்த்தைகள் என்னைச் சுட்டன. எனது வாழ்க்கையில் இப்படி யாரும் இதுவரை என்னை அவமானப்படுத்தியதில்லை. நண்பர்கள் எவராவது இப்படிச் சொல்லியிருந்தால் இந்த இடத்தில் அவர்களில் கை வைத்திருப்பேன்.

எனது கலங்கிய நிலையை உணர்ந்துகொண்ட மேஸ்திரி "இதுதான் நீங்கள் தங்கும் அறை" என்று வார்த்தைகளை எறிந்து விட்டு எனது பதிலை எதிர்பார்க்காது வெளியே சென்றார். அவரது குரலில் ஆத்திரமோ அல்லது கட்டளை இடும் தொனியோ இல்லாத போதிலும் தகரக்கூரையில் பெருமழை அடிக்கும்போது எழும் ஓசைபோல அது இருந்தது.

அவர் வெளியே சென்றபோது என்னையறியாது எனது கண்கள் அவரைப் பின்தொடர்ந்தன. அவர் உயர்த்தி மடித்துக் கட்டியிருந்த வெள்ளை வேட்டியின் இடுப்பின் பின்பகுதியில் ஓர் அரிவாள் செருகப்பட்டிருந்தது.

தேவையில்லாத இடத்தில் வந்து சிக்கிவிட்டேனோ என்ற எண்ணம் உள்மனத்தில் எட்டிப்பார்த்து இதயத்துடிப்பை அதிகரித்தது. நெருப்புப் பற்றிய வீட்டிலிருந்து வெளியேறும் அவசரம் மனத்தில் உருவாகியது

கொஞ்சம் பொறு. உன்னால் முடியும். போர் மேகங்கள் படிந்த இலங்கையில் ஏற்கெனவே ஐந்துபேரை வைத்து நான்கு வருடங்களாக அலுவலகம் நடத்தியிருக்கிறாய். பயப்படாதே.

உள்மனம் எனக்களித்த ஒத்தடம் துணிவாகி, வாய் வழியே வெளிவரத்துடித்த எனது இதயத்தைக் கொஞ்சம் உள்ளே தள்ளி அமைதியாக்கியது.

ஒழுங்காகத் தச்சு வேலை செய்யப்படாத அறையின் யன்னலை, அதன் கதவுகளால் ஒழுங்காக மூட முடியவில்லை. அப்படி மூடிய யன்னல் கதவுகளின் இடைவெளியால் ஊடுருவிய சிறிய வெளிச்சத்தில் அவரது உருவம் புகைப்பட நெகட்டிவாகத்

தெரிந்தது. ஐந்தரை அடிக்கு மேலான உயரத்துடன், கருங்கல்லில் செதுக்கிய உடலுக்குரிய மனிதர். இரண்டு பக்கமும் தொங்கிய புடலங்காயாக வழிந்த மிளகும் உப்பும் கலந்தது போன்ற அடர்த்தியான மீசை. கிராமத்தின் எல்லையில் பட்டாக்கத்தியுடன் நிற்கும் ஐயனாரின் பயமுறுத்தும் பெரிய சிவந்த கண்களும் அவரது முக்கியமான அடையாளம். தலையில் முன்பகுதி வழுக்கையாக இருந்தது. பின்பகுதியில் நீளமான நரைத்த மயிர், நனைந்த லெக்கோன் கோழியின் இறகுபோல் தலையை ஒட்டியிருந்தது. சட்டையில்லாத மார்பில் சிவப்புப் பருத்தித் துண்டு, அவரது தோளிலிருந்து தொங்கியது. நெஞ்சில் மட்டுமல்ல, முதுகிலும் உரோமம் தெரிந்தது. வயிறு உப்பி வெளித் தள்ளியிருந்தது. உடலுக்குப் பொருத்தமற்றுக் கால்கள் மெலிந்து, ஆனாலும் உறுதியாக நிலத்தில் அழுத்தமாகப் பதிந்திருந்தன. தன்னை அறிமுகம் செய்யாது, பித்த வெடிப்புள்ள பாதத்துடன் வெளியே சென்றவருக்கு ஐம்பது வயது இருக்கலாம்.

காலை பத்துமணியளவிலும் அந்த அறை இருளாக இருந்தது. ஏனோதானோ என வெள்ளையடிக்கப்பட்ட சுவரில் கிழக்குத் திசையில் ஒரு சிறிய யன்னல், அதனருகே பலகைக் கட்டிலில், சிவப்பு விரிப்புடன் புதிதாக வெள்ளை உறையிட்ட தலையணை இருந்தது. அதைவிட மூலையில் ஒரு மேசை, இரண்டு கதிரைகள், அதனருகில் வெள்ளைக் கயிற்றால் கட்டிய இரண்டு நெளிந்த தகரப்பெட்டிகள். யன்னலையும் சுவரிலுள்ள ஆணியையும் இணைத்த கயிற்றுக் கொடி. அதில் ஒரு வெள்ளைத் துண்டு தொங்கியது.

மீண்டும் என் மனத்தில், இப்படியான இடத்தில், அதுவும் அறிமுகமற்றவர்கள் மத்தியில் இந்த வேலை தேவையா, பணம் அவசியமா என்ற சிந்தனை எழுந்தது. பணத்திற்காக வரவில்லை. என் ஆன்மீகத்திற்கும் அகந்தைக்கும் வேலை அவசியம் என்ற காரணத்தால் அதைத் தேடினேன் என்ற எண்ணம் எழுந்தது.

இலங்கை உள்நாட்டுப் போரில் தப்புவதற்காக இந்தியாவிற்கு வந்தேன். மனைவி, இரண்டு சிறு குழந்தைகள், மாமா, மாமி எனச் சென்னையில் ஒரு மாடி வீட்டின் கீழ்த்தளத்தில் ஆறு மாதங்களாக வசிக்கிறோம். அமெரிக்காவிலிருந்து மனைவியின் அண்ணாவினது உதவி, சீவியத்திற்குப் போதுமானதாக இருந்தது.

எத்தனை நாள்கள் வேலையில்லாது இருப்பது?

பல்கலைக்கழகத்தில் இருந்து வெளியேறி நான்கு வருடங்கள் மட்டும் இலங்கையின் தென்பகுதியில் வேலை செய்துகொண்டிருந்தேன். அதற்குள் இனக்கலவரம் புற்றை

விட்டு வெளியே வந்த கருநாகமாக என்னைத் துரத்தியது. அதன் சீற்றத்திற்குப் பயந்து ஊரை விட்டுப் பெட்டி, படுக்கைகளை மட்டுமல்ல, திருமணப் புகைப்படம் கொண்ட ஆல்பத்தைக்கூட கையில் எடுக்காது அயல்நாட்டிற்கு ஓடவேண்டிய நிர்ப்பந்தம் ஏற்பட்டது. எனக்கு மட்டுமல்ல. பல்லாயிரக்கணக்கானவர் களுக்குத் தலைவிதியாகிய காலம் அது.

சென்னையில் இருந்த ஆறுமாத காலமாகத் தமிழ் சினிமாப் படங்களும் நூலகங்களுமாகப் பொழுது போனது. பொழுது போனது என்பதைவிடப் பொழுதைப் பலமாகப் பிடித்துக் கைகளால் தள்ளியபடியிருந்தேன். குழந்தைகளைப் பராமரிப்பதற்கு மனைவியின் பெற்றோர் இருந்ததால் காய்கறி, மீன் வாங்குவது மட்டுமே எனக்கு நிரந்தரத் தொழிலாக இருந்தது. 28 வயதான எனக்கும் 68 வயதில் ஓய்வூதியம் எடுத்த மாமாவுக்கும் வேலையில் அதிக வித்தியாசம் தெரியவில்லை.

அக்காலத்தில் இலங்கையைச் சேர்ந்த சிங்களப் பெண்மணி யொருவர் தமிழ்நாட்டவரைத் திருமணம் செய்தபின் சமூகசேவை செய்தவர். அவர் செங்கல்பட்டை அடுத்த பிரதேசத்தில் வாழும் சிறிய விவசாயிகளுக்கு மிருக வைத்தியரை நியமிக்க ஒருவரைத் தேடுவதாகத் தாம்பரம் வங்கியின் மனேஜர் சொன்னார். அந்தப் பெண்மணியை நான் சந்தித்தபோது அவருக்கு என்னைப் பிடித்ததால் வேலைக்குத் தெரிவு செய்துவிட்டு, வெளிநாட்டி லிருந்து தங்கள் நிறுவனத்திற்குப் பணம் வரும்வரையில் கீழ்ப்பாக்கத்திலுள்ள அலுவலகத்தில் வேலை செய்யும்படியும் கூறினார்.

அந்த அலுவலக வேலை, வீட்டிற்கு மீன், காய்கறி வாங்குவதை விடச் சுவாரசியம் குறைந்ததாக இருந்தது. எனக்கு வேலை எதுவும் பிரத்தியேகமாக ஒதுக்கப்படவில்லை. ஏற்கெனவே வைத்தியர்கள் மூலம் சில கிராம மக்களுக்கு வைத்திய முகாம் நடத்தினார்கள். அந்த விடயத்தில் அங்குள்ளவர்களுக்கு உதவுவது எனது வேலையாக இருந்தது. தியேட்டரின் அருகில் அலுவலகம் இருந்ததால் பல நாட்கள் மாலையில் தியேட்டரில் என் நாட்கள் கரைந்தன.

இரண்டு கிழமைகளை இப்படியாக விரயமாக்கிய என்னிடம் அந்த வங்கி மனேஜரே, “செங்கல்பட்டுக்கு அருகில் ஒரு மாட்டுப்பண்ணை உள்ளது. அதனை மேற்பார்வை செய்யவும், அதே நேரத்தில் அங்கு வைத்தியர் ஒருவரும் தேவை என்பதால் அந்த வேலை உங்களுக்குப் பொருத்தமாக இருக்கும்” எனச் சொல்லிவிட்டு, என்னைக் கீழ்ப்பாக்கத்தின் அருகிலிருந்த அலுவலகத்திலிருந்து இடமாற்றம் செய்தார். ஏற்கெனவே

மாடுகளுடன் இலங்கையில் வேலை செய்த அனுபவம் உள்ளதால் தமிழ்நாட்டுக் கிராமப்புறப் பண்ணையில் வேலை செய்வது வித்தியாசமான அனுபவமாக இருக்குமெனச் சம்மதித்தேன்

○

சென்னையில் இருந்து மின்சார ரயில். அதன் பின்பு பஸ் எடுத்துப் பண்ணைக்கு வர வேண்டும். காலை எட்டு மணிக்குக் கோடம்பாக்கம் இரயில் நிலையத்தில் மக்கள் கூட்டத்தோடு இரயில் ஏறினேன். திங்கள் காலையில் வேலைக்குச் செல்லும் கூட்டம் அலைமோதியது.

முதல் தடவையாக அந்தப் பகுதிக்கு ரயிலில் வருவதால், “தாம்பரம் எத்தனையாவது ரயில் நிலையம்?” என ஒருவரிடம் கேட்டபோது, “அதுதான் கடைசி இரயில் நிலையம்” என்று சொல்லிவிட்டு, அடுத்த நிலையத்தில் தான் இறங்குவதாக எனக்குத் தனது ஆசனத்தைக் கொடுத்துவிட்டு எழுந்தார். என்னை மறந்து ரயிலின் யன்னலோரத்தில் கிடைத்த இடத்தையும் முகத்தில் தழுவிச்சென்ற காற்றையும் அனுபவித்தபடிக் கையில் வைத்திருந்த சஞ்சிகையை வாசித்தபடி மெய்மறந்திருந்தேன்.

கால்மணிநேரத்தின் பின்பு ஓடிவந்த வண்டி திடீரென கீச்– சர்– சர்– ர் என்றபடி நின்றது. ரயில் நிலையத்தில் மெதுவாக ஓடி நிற்பதுபோல் அல்ல. திடீர் பிரேக் அடித்ததுபோல் இருந்ததால் உடலை உலுப்பி, வலைப்பந்தாக வீசி எறிந்தபோது, அந்தரத்தில் முன்னால் இருந்த இளைஞனுடன் மோதும் நிலை உருவாகியது. மோதியபின் சிரித்துச் சமாளித்தபடித் தலை நிமிர்ந்து யன்னல் ஊடாகப் பார்த்தால் ரயில் நிலையம் எதுவுமில்லை. தண்டவாளத்தின் இரு பக்கமும் தகரங்களால் வேய்ந்த குடிசைகள். ஆங்காங்கு மாட்டுச் சாணியடித்த குட்டி மதில்கள் மட்டுமே முளைத்திருந்தன.

எதிரில் நான் மோதவிருந்த கண்ணாடியணிந்த இளைஞனிடம் “என்ன?” எனக் கேட்டபோது மீனம்பாக்கம் கடந்ததும் இரயிலில் ஒரு பெண் பாய்ந்து தற்கொலை செய்துவிட்டதாகக் கூறினான்.

நாரையாகக் கழுத்தை நீட்டி யன்னலூடாகப் பின்னால் திரும்பிப் பார்த்தபோது, குடித்துவிட்டு வழுக்கல் செதுக்கி எடுத்த பாதி இளனிபோல், தலை மட்டும் பிளந்தபடி தலையின் மயிர் கொண்ட பின்பகுதி, தண்டவாளத்திற்கு மிக அருகே கிடந்தது. இரட்டைப் பின்னல் மட்டும் தெரிந்தது. மற்றைய பகுதிகள் தெரியவில்லை. உடலின் மிகுதிகள் இரயிலின் கீழ் இருக்க வேண்டும். ஆங்காங்கு இரத்தம் சிறிதாகச் சிந்தியிருந்தது. அடிபட்ட இடத்திலிருந்து இரயில் முன்னே வந்துவிட்டது.

பாவம், நிச்சயமாக இளம் பெண்ணாக இருக்க வேண்டும். நெஞ்சில் ஊறிய சோகத்தை முன்னால் இருந்த இளைஞனோடு பகிர்வோமென நினைத்தபோது, "இந்தத் தண்டவாளத்தில் ரயிலின் முன்னால் குதித்தல் ஒரு பாஷனாகிவிட்டது" என பக்கத்தில் இருந்த மூக்குக் கண்ணாடி அணிந்த ஐம்பது வயது மதிக்கத்தக்க மனிதர் அலுத்துக்கொண்டார். இப்போது எனது சோகம், கோபமாகியது, அந்த மனிதர் மேல்.

ஓர் உயிர் இழப்பைப்பற்றி இப்படிச் சொல்கிறாரே, அதுவும் இளம் பெண்ணொருத்தியின் உயிர். இந்த மனிதரின் மனதில் சிறிதாவது ஈரமில்லையா? இவருக்கும் பிள்ளைகள் இந்த வயதில் இல்லையா?

பலவிதமாக எண்ணியபடி மற்றவர்களது முகங்களைப் பார்த்தேன். அவரைப்போல் வாய் விட்டுப் பேசாதபோதும் குறித்த நேரத்துக்கு வேலைக்குப் போக முடியவில்லையே என்ற ஆதங்கம், அதிருப்தி பலரது முகங்களிலும் தெரிந்தது. மரணத்தைத் தள்ளிப்போடவோ, இல்லை, வெல்லவோ முயலும் மனிதர்கள் மத்தியில் மரணத்தைக் கேட்டு வரவழைத்துக் கொள்பவர்களிடம் இந்தச் சமூகம் அனுதாபம் காட்டத் தயாரில்லை. போராடி வாழ்பவர்கள், போராட்டமின்றித் தனது வாழ்வை வீணாக்குபவர்களிடம் பரிதாப உணர்வை வீணாக்க விரும்பவில்லை என்ற உண்மை, தெளிந்த நீரில் விம்பமாக அனைவரது முகங்களிலும் தெரிந்தது.

எனது எண்ணங்களைக் கூடையில் மூடிய கோழிக் குஞ்சுகளாக எனக்குள் பாதுகாத்தேன். நான் வாய் திறக்காததற்கு முக்கியக் காரணம், சென்னையில் இலங்கைத் தமிழ் பேசும்போது, குறைந்தபட்சம் இரண்டு தரம் உச்சரிக்க வேண்டும். அதாவது ஒரு விடயத்தை அவர்களுக்குப் புரியவைக்க இரண்டு தரம் சொல்ல வேண்டும். இந்த இடத்தில் இரண்டு முறை பேசுவதால் என்ன பலன் ஏற்படும் என்று எண்ணி நான் பேச வேண்டிய வார்த்தைகளைக் கசப்பு மாத்திரைகளாகக் கஸ்டத்துடன் விழுங்கிக்கொண்டேன்.

தண்டவாளம் அருகே இருந்த சிறிய வீடுகளிலிருந்து பலர் வெளியே வந்தனர். அவர்களுடன் இரயிலிலிருந்து இறங்கியவர்களும் சேர்ந்து கூட்டமாகக் கூடிநின்றதால் அந்தப் பிளவுண்ட பாதித் தலையை என் பார்வையிலிருந்து மறைத்துவிட்டார்கள். காட்சி மறைந்ததால் எனது மனத்தில் ஏற்பட்ட சோகமும் வடிந்துவிட்டது. சடலம், சுடுகாட்டிற்குப் போனதும் உணவிற்காக இலையில் உட்காரும் மனிதர்கள்தானே

நாமெல்லோரும். வாழ்வு முழுவதும் சோகங்களைக் காவவா முடியும்? மறதி என்பது மனிதர்களுக்கு ஒரு கொடை.

என்னைச் சுற்றிவர இருந்த பலரும் பொறுமை இழந்து வேலைக்குத் தாமதமாகச் செல்வதைப் பற்றிப் பேசத் தொடங்கினர். நானும் எனது புது வேலையை நினைத்துக்கொண்டேன். ஆனால் அந்த வேலைபற்றி எதையும் என்னால் கற்பனை செய்ய முடியவில்லை.

பத்துநிமிடத்தில் மீண்டும் அந்த இரயில் உயிர் பெற்ற சர்ப்பமாகச் சீறியபடிப் புறப்பட்டது.

தாம்பரத்தில் இருந்து பஸ் எடுத்து மாட்டுப் பண்ணையருகே இறங்கி நடந்து, அந்தப் பண்ணையை அடையக் காலை பத்து மணியாகிவிட்டது. அன்று பண்ணையைப் பார்த்துவிட்டு மாலையில் வீடு திரும்புவதற்காகக் கையில் ஒரு சிறிய தோல் பையில் அவசரத்திற்காக ஒரு சோடி உடுப்பு மட்டுமே வைத்திருந்தேன்.

❍

மேஸ்திரியின் வார்த்தைகளின் பின்பு, அந்தப் பெட்டி கனமாக இருந்ததால் கட்டிலில் வைத்துவிட்டு வெளியே வந்தபோது, சேர்ட் அணியாமல் பச்சைக்கோடிட்ட லுங்கி அணிந்த, மாநிறமான மீசையற்ற அறுபது வயது மதிக்கத்தக்க ஒருவர் சிரித்தபடி வந்தார். தொலைந்துவிட்ட பற்களுடன் அவர் குழந்தையாகச் சிரித்தார். கையைத் தூக்கி வணங்கியபடி “சார் எப்படி? நீங்கள் சிலோனா” எனக் கேட்டார்.

நான் “ஆமாம்” என்று பதில் வணக்கம் செலுத்தியபோது “நான் துரைநாயக்கர். இராமநாதபுரம் ஜில்லா” என்று சொல்லிவிட்டு “ராமசாமி . . . டே, சாருக்கு சேர் ஒன்று கொண்டுவா” என்றபோது, கறுப்பாக, மீசையுள்ள, வெள்ளைச் சட்டை முழங்கை வரையும் மடித்து, லுங்கியை மடித்து அண்டவேயர் தெரியக் கட்டியிருந்த இருபத்தைந்து வயது மதிக்கத்தக்க இளைஞன் பிறவுண் நிற பிளஸ்ரிக் நாற்காலியைக் கொண்டுவந்தான்.

திண்ணையில் வைக்கப்பட்ட நாற்காலியில் அமர்ந்தபோது “ராமசாமிதான் இங்கு பண்ணையில் பால் கறக்கிறவர். உங்களுக்கு உதவியாக இருப்பார்,” என்றார்.

“அப்படியா?” என்றபோது, “ஏன் சார், உனக்குக் குடும்பம் இலங்கையிலா, இங்கேயா?” எந்த ஒரு தயக்கமும் இல்லாது கேட்டான் அந்த ராமசாமி.

"அவர்கள் சென்னையில் வாழ்கிறார்கள், எனக்கு இந்தப் பண்ணையைப் பார்க்க வேண்டும்" என்றேன்.

"வா சார்"

இருவருமாக வரப்புகளில் நடந்து பண்ணையைச் சுற்றிப் பார்த்தோம்.

பண்ணை கிட்டத்தட்ட நூற்றைம்பது ஏக்கர் இருக்கும். ஒரு பக்கம் மலைக்குன்றுகள். மறுபக்கத்தில் பெரிய குளம். அதற்கப்பால் அயனாவரம் என்ற கிராமம். முன்பகுதியில் சிறிய பொட்டல் வெளி. அதை ஊடறுத்து மேற்குத் திசையில் சாலையொன்று மகாபலிபுரம் செல்கிறது.

பண்ணையில் அறுபது பால் மாடுகள் இருந்தன. பண்ணையின் மலையடிவாரத்தை ஒட்டிய பகுதி சவுக்கம் தோப்பாக இருந்தது. மிகுதி இடத்தில் நிலக்கடலையும் காய்கறிகளும் பயிரிட்டிருந்தனர். பண்ணையின் மத்தியில் வீட்டிற்கு எதிரில் பெரிய கிணறு ஒன்றும் இருந்தது. ஒரு அடி சுவர் கிணற்றைச் சுற்றி எழுப்பப்பட்டு அருகே நீர்த்தொட்டியும் அமைக்கப்பட்டிருந்தது. அருகே சிறிய மோட்டார் அறையிருந்தது.

மாட்டுத் தொழுவத்தில் ஒவ்வொரு மாட்டிற்கும் பெயர் இருந்தது. ஒவ்வொரு மாட்டையும் பெயர் சொல்லி அறிமுகப்படுத்தினான் ராமசாமி. மூக்கன் என்ற ஒரு சிவப்பு நிற ஜேர்சி இனக் காளை மூக்கணாங் கயிற்றுடன் அங்கு நின்றது. பண்ணையில் ராசு, ராமு, சுப்பு என மூன்று பதினைந்து வயது மதிக்கத்தக்க சிறுவர்கள் காக்கி அரை டிராயருடன் மேல் உடலில் சட்டை இல்லாமல் வேலை செய்தார்கள். மாடுகளுக்கு உணவு, தண்ணீர் தருவது, மாட்டுத் தொழுவத்தைச் சுத்தப்படுத்துவது அவர்களது வேலைகள். பாடசாலை போயிருக்க வேண்டிய வயதில், காலையில் ஐந்துமணியிலிருந்து மாலைமூன்று மணிவரையும் இங்கு வேலை செய்வார்கள். மாட்டுப்பண்ணையைச் சுற்றிய பகுதியில் பல ஏக்கர் வெளியாக இருந்தது. "மாட்டுக்குப் புல் வளர்ப்பதற்கான திட்டம். ஆனாலும் இன்னும் நடைமுறைப்படுத்தவில்லை" என்றான் ராமசாமி.

மேலும் "சினையான மாடுகளை நீங்கள் சோதிக்க வேண்டும்" என்றான் அவன்.

"நாளையிலிருந்து செய்கிறேன்" என உறுதியளித்தேன்.

கடலைச் சாகுபடி செய்த இடத்தில் மூன்று இளம் பெண்கள் குனிந்து களைகளைக் கொத்தியபடி இருந்தார்கள்.

மரக்கறி பயிராகும் நிலத்தில் மாணிக்கம், வீரராகவன், கிருஷ்ணன் என மூவர் தோட்டவேலை செய்துகொண்டிருந்தனர். எல்லோரிடமும் என்னை அறிமுகப்படுத்திய ராமசாமி, “துரைநாயக்கரின் உறவு சார்; கிருஷ்ணன். இராமநாதபுரத்தைச் சேர்ந்தவர். மற்றவர்கள் பக்கத்தூர், இதான் அயனாவரம். குளத்துப் பக்கம்.”

“மேஸ்திரி எங்கே? வந்தபோது நின்றார். அவரைக் காணவில்லையே?” என்றேன்.

“அது கறுப்பையா சேர்வை. அவரும் ராமநாதபுரம். அவர் அகமுடையார் சார். மாட்டுக்குத் தீனி வாங்கத் தாம்பரம் போயிருக்கிறார்” என்றான்.

நான் இதுவரையும் கேள்விப்படாத சாதி என்றாலும் ஏதோ தெரிந்ததுபோல் தலையாட்டிவைத்தேன். மேலும் ஒருவரைப் பற்றிக் கேட்கும்போது அவரது ஊரைச் சொல்லிச் சாதியையும் சொல்லும் பழக்கம் எனக்கு விந்தையாக இருந்தது

சிறுவயதில் கிராமத்திலிருந்த காலத்தில் அங்கு வெள்ளாளர் என்ற சாதியினர் பலர் இருந்தார்கள். கட்டாடியண்ணை என்ற அழுக்குத் துணியெடுப்பவர், மாதமொரு முறை அடுத்த ஊரிலிருந்து வரும் தலைமயிர் வெட்டும் சின்னத்தம்பி அண்ணை, அத்துடன் பனைமரத்தில் ஏறிக் கள் இறக்கும் மூன்று குடும்பங்கள் எனச் சிறிய சாதி உலகத்திலிருந்து வந்தபோது எனக்கு சேர்க்கஸ் புலி, வனத்திற்குச் சென்றதுபோல் தமிழ்நாட்டு உலகம் ஆச்சரியத்தைக் கொடுத்தது. முக்கியமாகப் பெயருடன் தங்களது சாதியையும் சேர்த்துச் சொல்லும் உயர்சாதியினர் வழக்கம் புதுமையாக இருந்தது. கிராமங்களில், உயர் சாதியினரது ஓட்டு வீடுகளும் அதற்கு ஒதுக்குப்புறத்தில் தாழ்த்தப்பட்டவர்களது குடிசைகளும் இருக்கும். உயர்சாதியினர், தாழ்த்தப்பட்டவர்கள் என்பது நாடியும் நாளமும் உடலில் பக்கத்திலிருந்தாலும், பிரிந்து இருப்பதுபோல் தெரிந்தது.

சிறிய பண்ணை வீடு, திண்ணையுடன் அமைந்த தாழ்வாரம், முன்னறையும் அதன் பின்னால் ஒரு அறையும் கொண்ட அந்தப் பண்ணை வீட்டில் நுழைந்து உடையை மாற்றிக் கொண்டேன். வாசலில் சடைத்து வளர்ந்த ஒரு வேப்பமரம் நிழல் குடை விரித்திருந்தது. பன்னிரண்டு மணி உச்சி வெய்யிலில் வேர்த்ததால், கொண்டுவந்திருந்த சாரத்தை அணிந்தபடி, மேலங்கியற்று வேப்பமரத்துக் காற்று தேகத்தைக் குளிராக்கும் என்ற நினைப்பில் வெளியே வந்து நாற்காலியை இழுத்து வேப்பமர நிழலில் போட்டு அமர்ந்தபடி, ஏற்கெனவே நான் கொண்டுவந்த உணவை உண்ணத் தயாராகினேன்.

உணவுப் பாத்திரத்தைத் திறந்து வஞ்சிர மீன் பொரியலைப் பார்த்து முகர்ந்தபோது வயிற்றில் பசி அலையாக மேலெழுந்தது. ஆவலுடன் சோற்றில் கைவைத்தபோது பதற்றத்துடன் ராமசாமி வந்து, "என்ன சார், மேலே துணியற்று இருக்கிறீர்கள். நீங்கள் டாக்டர். அப்படியெல்லாம் இருக்கக்கூடாது" என்றான்.

"ஏன்?"

"கொஞ்சம் டீசன்டாக இருக்கணும்."

"அப்ப... சேர்ட்டிலா எனது டீசன்ட்?" என்று சிரித்தபடிக் கேட்டுவிட்டு உள்ளே சென்று சேர்ட்டை எடுத்து அணிந்து கொண்டேன்.

"இப்ப நல்லா இருக்கிறது." எனக்கு எதிரில் திண்ணையில் குந்திய ராமசாமியின் முகத்தில் புன்னகை, இருளில் தனித்து எரியும் வெண்மையான குழல் விளக்காக ஒளிர்ந்தது. என் வாழ்நாளில் நான் சேர்ட் அணிந்ததையிட்டு மகிழ்ச்சியடைந்தவர்களைப் பார்த்ததில்லை.

இதுவரையும் வேலை செய்துகொண்டிருந்தவர்கள் அந்த மரத்தடியில் என்னைச் சுற்றியிருந்து மதிய உணவு உண்டார்கள். என்னிடம் எத்தனை குழந்தைகள், என்ன வயசு எனப் பல கேள்விகளை அவர்கள் கேட்டார்கள்.

ராணி என்ற பெண் பல கேள்விகளைக் கேட்டபோது, அன்பரசி என்ற பெண் சிரித்தபடியிருந்தாள். மூன்றாவது பெண் தேவி குனிந்தபடியிருந்தாள். இதுவரையும் அவளது கண்ணையோ முகத்தையோ பார்க்க முடியவில்லை. அவளது உருவ அமைப்பு பதினாறு அல்லது பதினேழு வயதாக இருக்கலாமெனத் தெரிந்தது. ராணிக்கு மட்டும் இருபத்தைந்து வயது. எல்லோரையும்விட மூத்த பெண்ணாகத் தெரிந்தாள். நேரான பேச்சும் பார்வையும் அவளிடமிருந்தது. அன்பரசி சிவப்பு நிறம். கண்ணுக்கு மை போட்டுச் சிரித்தபடியிருந்தாள். கன்னத்து முகப்பருக்கள் அவளுக்கு அழகூட்டின. அவளுக்கு இருபது வயதை மதிக்க முடியும். எவரும் திருமணமாகாதவர்கள். இதனாலேயே மேஸ்திரி எனக்கு எச்சரிக்கை தந்திருக்க வேண்டும்.

உணவு முடிந்ததும் அவர்கள் வேலைக்குப் போய்விட்டார்கள். பண்ணையில் மாடுகளுக்கு வைத்தியம் பார்க்க என்ன மருந்துகள் வைத்திருக்கிறார்கள் என்று ராமசாமியிடம் கேட்டுப் பார்த்தேன். அதிக மருந்துகள் அங்கில்லை என்பதைப் புரிந்துகொண்டேன்.

"மருந்துகளை இன்று போய் நாளை வாங்கிவருகிறேன்" என்றதும், "இல்லை சார். இன்று மாடுகளைப் பாருங்கள்.

பண்ணையில் தங்கிவிட்டு நாளைக்குப் போய் வாங்குங்கள் மருந்துகளுக்கு அவசரமில்லை." இராமசாமி கட்டாயப்படுத்தினான்.

"இன்று இரவு சாப்பிட உணவு எதுவுமில்லை! உடைகள் கூட அதிகம் எடுத்து வரவில்லை" என்றபோது துரைநாயக்கர், "சார் இன்றைக்கு நான் சமைக்கிறேன். கறுப்பையாவும் நானும் கிருஷ்ணனும் வழக்கமாக ஒன்றாகச் சாப்பிடுவோம்; எங்களோடு நீங்களும் சாப்பிடுங்கள்" என்றார், வெற்றிலை வைத்து அழைக்காத குறையாக.

அந்தச் சிறிய முன்னறையின் ஒரு பகுதி ஏற்கெனவே சமையல் அறையாக மாறியிருந்தது. ஒரு கேஸ் அடுப்பும் சில தட்டுமுட்டுப் பாத்திரங்களும் இருந்தன. மூன்று ஆண்களது சமையலில் என்னையும் சேர்க்க முனைந்தார்கள். முதல் நாளே அவர்களது வேண்டுகோளைத் தட்டவிரும்பாமல் தலையாட்டியபடி நானும் சேர்ந்துகொண்டேன்.

மேஸ்திரி, மாட்டுத் தானியங்களுடன் கோழி இறைச்சியும் வாங்கிவந்து அவரே உணவு தயாரித்தார். அன்றிரவு அவர்களுடன் சேர்ந்து உணவு உண்டேன். அன்றைய இரவில் முன்பு அங்கிருந்த பழைய வைத்தியர் சம்பந்தமாகப் பேச நினைத்தாலும் பேசவில்லை. அவர்களுடன் ஒன்றாகச் சாப்பிடும்போது சுமுகமான உறவு ஏற்படலாம் என்ற நம்பிக்கை பிறந்தது.

ராமசாமி இருந்து பேசிவிட்டு வீடு செல்ல அதிக நேரமாகியது. இரவு ஒன்பது மணியளவில் நான் அறையில் படுக்கச் சென்றபோது கறுப்பையா மேஸ்திரி திண்ணையிலும், துரைநாயக்கரும் கிருஷ்ணனும் முன்னறையிலும் படுத்தனர். படுத்தவுடனே அவர்கள் தூக்கத்திலாழ்ந்து விட்டதற்கு அவர்கள் விட்ட குறட்டை ஒலி எனது செவிகளை அடைந்து சாட்சியமாகியது. அவர்கள் உடலால் உழைப்பவர்கள். படுத்தவுடன் தூங்கிவிட்டார்கள் போலும் என நினைத்துக்கொண்டேன்.

அறையில் நான் படுத்தபோது புழுக்கத்தைக் குறைக்க யன்னலைத் திறந்துவிட்டிருந்தேன். யன்னலுக்கு வெளியே கையை நீட்டினால் வானம் கையில் வசப்படும்போல் அருகிலிருந்தது. நிலா தென்னைமரங்களிடையே தங்கத்தாமரையாகப் பூத்திருந்தது. வானம் நட்சத்திரங்களற்று வெளிர் நீலமாகவும் சுத்தமாக யாரோ சற்றுமுன் துடைத்து வைத்திருந்ததுபோலவும் தெரிந்தது.

புதிய இடத்தில் முதல் நாள் படுக்கும்போது பாதுகாப்பற்ற உணர்வின் காரணமாக நித்திரை வருவதில்லை என்று எப்போதோ படித்தது என் வரையில் பொருத்தமாக இருந்தது. படித்தபடி நேரத்தைக் கரைக்கலாம் என நினைத்தபோது எந்தப்

புத்தகத்தையும் கொண்டுவரவில்லை. கொண்டுவந்த சஞ்சிகையை ஏற்கெனவே படித்தாயிற்று என்று என்னை நானே நொந்து கொண்டேன்.

நிறைந்த நிலவாக இருப்பதால் வெளியே சிறிது நேரம் உலாவி வருவோமா என நினைத்து முன்னறையிலும் திண்ணையிலும் படுத்திருந்தவர்களின் நித்திரை கலையாமல் இருக்கப் பூனைபோல் அடியெடுத்து வைத்து வெளியே சென்றேன்.

வேப்பமரத்தின் கீழ் நின்று சுற்றிப்பார்த்தேன். எங்கும் மின்சார வெளிச்சமில்லை. உருகிய நிலவின் ஒளியில் பண்ணை அமைதியாக உறங்கியது.

கொஞ்ச நேரம் காலாற நடப்போம் எனப் புற்களற்ற நடைபாதையில், பண்ணையின் வெளிவாசல் நோக்கிச் சிறிது தூரத்திற்கு நடந்தபோது, ஒரு மெல்லிய கீற்றான சத்தம் கேட்டது. நடப்பதை நிறுத்தி, செவியைக் கூர்மையாக்கியபோது அது ஒரு பெண்ணின் அழுகைச் சத்தம் வருவதாக கேட்டது. கழுத்தை மட்டும் திரும்பிப் பார்த்தபோது கிணற்றடியிலிருந்து அந்தச் சத்தம் வருவதாக உணர்ந்தேன். கிணற்றடியில் மோட்டார் அறையின் அருகே சிறிது இருளாக இருந்தது. மற்றைய பகுதிகளில் நிலவெறித்தது. நிலவு எறித்த பகுதியில் எதுவும் தெரியவில்லை. போய்ப் பார்ப்பதா இல்லையா அல்லது மீண்டும் அறையுள் சென்று படுப்பது நல்லதா என மனத்தில் ஒரு நாணயத்தைப் பல முறை சுண்டிப் பார்த்தேன். அழுகை மீண்டும் கேட்டது. ஆனால் வேதனையில் அழுதபின் வரும் கேவல்போல் அது இருந்தது. நின்ற இடத்திலிருந்து பார்த்தபோது எதுவும் தெரியவில்லை.

என்னவென்றாலும் பார்த்துவிடுவோம் எனத் திரும்பிக் கிணற்றை நோக்கி நடந்தேன். மோட்டார் அறையின் முன்பகுதியில் எதுவும் தெரியவில்லை. மீண்டும் பண்ணை வீட்டை நோக்கித் திரும்ப, அதே கேவல் ஒலியிலிருந்த அவலம் இதயத்தைக் கசக்கிப் பிழிந்தது. கடந்துபோக முடியாதென்ற நினைப்புடன் மோட்டார் அறையின் பின்பகுதியை நோக்கிச் சுற்றி நடந்தேன். இருளான பகுதிக்குச் சென்றபோது அறையின் பின்பகுதியில் நிழலாக ஒரு மனித உருவம் நிற்பதுபோலத் தெரிந்தது. அருகில் சென்றேன், சேலையணிந்த பெண்ணுருவம். அச்சத்தில் உறைந்தேன். இதயம் துடித்தபடி மார்புக்கு வெளியே வரத் துடித்தது.

யார் இந்தப் பெண்?

இந்த நேரத்தில் எப்படி வந்தாள்?

ஏன் ஒரு பெண், ஆண்கள் மட்டும் தங்குமிடத்திற்கு வர வேண்டும்?

முன்னே செல்வோமா?

வேண்டாம் திரும்புவோம் எனப் பலவாறு நினைத்தபோது கால்கள் யுத்தகளத்தில் போர்வீரனோடு ஒத்துழைக்காத குதிரையாகியது, திரும்ப முடியவில்லை. சிறிது நேரம் மனத்தையும் கால்களையும் திடப்படுத்திக்கொண்டு சில அடிகளை வைத்து முன்னேறியபோது அந்தப் பெண்ணின் உயரமும் பருமனும் பார்வைக்கு அன்பரசிபோல் தெரிந்தது. மறுகணம் அன்பரசியிலும் சிறிது உயரமாக, ஆனால், கறுப்பாகப் பூசி மெழுகிய வாளிப்பான உடலாகத் தெரிந்தது. எடுப்பான மூக்கில் வெள்ளைக்கல் மூக்குத்தி நிலவில் மினுங்கியது. வெங்காயக் கலரில் சேலை அணிந்திருந்தாள்.

பெண் உருவத்தை அருகே பார்த்தபோது காலையில் மேஸ்திரியின் எச்சரிக்கை நினைவுக்கு வந்தது. முதல்நாளே தேவையற்ற பிரச்சினையில் அகப்பட்டுவிடுவோமா? விலகி மீண்டும் அறைக்குச் செல்வோமா என்றால் கால்கள் உதவ மறுத்து காரின் பார்க்கிங் பிரேக்காகின. அதே நேரத்தில் நெஞ்சில் ஒரு பறவை சிறகடித்து, அழும் பெண்ணுக்கு ஆறுதல் கூறாது விலகிச் செல்லுதல் ஆண்மையில்லை, கோழைத்தனம் என்றது.

என்ன நடக்கிறது பார்ப்போம்?

மீண்டும் தைரியத்தை வரவழைத்தபடிச் சில அடிகள் அருகில் சென்றபோது அந்தப் பெண் பாய்ந்து எனது கையைப் பிடித்தாள். அவள் கரம் பனிக்கட்டியாக விறைத்திருந்து. அந்தக் கையிலிருந்து உடலெங்கும் மின்சாரம்போலப் பாய்ந்ததால் குளிரூட்டிய அறையில் நிற்பதுபோன்ற உணர்வுடன் உயிரைக் கையில் பிடித்தபடிச் சிலையாகினேன். என் உணர்வுகளை இழந்தேன். கண் மங்கியது. காது அடைத்தது. எனது அறிவு மட்டும் அபாய அறிவிப்பு மணியாக இந்த இடத்தை விட்டு ஓடு ஓடு ஓடு எனத் துரத்தியபோதிலும் அசையாது நின்றேன்.

“சார் ஒரு உதவி வேணும்” என்றாள் எனது கையை விடாமல்.

அவளுக்குப் பதில் சொல்ல வார்த்தைகளைத் தேடிய போது பதிலை எதிர்பார்க்காது என்னை இழுத்தபடிச் சவுக்கம் தோப்பை நோக்கி நடந்தாள். கடலை பயிரிட்ட வயல்களிடையே நடந்தோம். எதிர்ப்பில்லாது எசமானோடு கைத் தோல்வாரில் கட்டப்பட்டுச் செல்லும் நாயாக அவளுடன் நடந்தேன். எனது கால்களின் கீழ் கச்சான் பயிர்கள் நசிந்தன. அவளது கால்களுக்குச் செடிகள் தேரின் வீதிவலத்திற்கு மக்கள் விலகுவதுபோல் ஒதுங்கி வழிவிட்டன. தொடர்ச்சியான அவளது இழுவையில் கச்சான் செடிகளைக் கடந்து சவுக்கம் தோப்பருகே சென்றுவிட்டேன்.

அவளது இழுவை நின்றது. கையை எடுத்துவிட்டு எனது எதிரில் நின்றாள். சவுக்கம் தோப்பு நிலா வெளிச்சத்தால் தங்கப் பாளங்களாகவும் தெரிந்தது. காற்றில் மரங்கள் அசைந்து வெளிச்சம் ஓடிப்பிடித்து விளையாடியது. பெரும்பாலான இடங்களில் இருளே படர்ந்திருந்தது. அவளது உருவமும் இருளோடு கலந்து தோன்றியது. காற்றில் சவுக்குமரம் அசைந்தபோது, அவளது வயிற்றுப்பகுதியில் நிலா வெளிச்சம் கீறலாகத் தெறிக்கவும் அது வீங்கித் தெரிந்தது. இடது நெற்றியில் பிறைவடிவத்தில் வடு; எடுப்பான நாசியும் வீங்கிய கீழ் உதடுகளும் கொண்ட கவர்ச்சியான பெண்ணாகத் தெரிந்தாள்.

இவள் கர்ப்பிணியோ?

எதிரில் நின்று, விக்கியபடி அழுது முனகும்போது முகத்தைக் கையால் பொத்தியபடி அசையாது நின்றிருந்தாள்.

பொறுமையிழந்தேன்.

"நான் இந்தப் பக்கம் வரவில்லை. பாம்புகள் அலைந்து திரியும் நேரம். நான் போகிறேன்" எனத் திரும்பியபோது, அவளது கை எனது கையின் மணிக்கட்டில் மீண்டும் பற்றி இறுகியது.

அப்பொழுது எனக்கு எரிச்சல் கூடியது. "விடயத்தைச் சொல்வதென்றால் சொல். இல்லை நான் போறன்" என்று திரும்பியபோது, இதுவரையில் தொங்கிய தாவணியை மறு கையால் இடுப்பில் சொருகியபடி, மீண்டும் கையை இழுத்தாள். இழுத்த விதம் எனக்குப் பிடிக்கவில்லை. உதவிக்குச் சென்ற என்னை இப்படிப் படுத்துகிறாளே என நினைத்து ஆத்திரத்துடன் இழுத்தேன்.

'இவ்வளவு பலமா? அதுவும் பொம்பிளைக்கு' என்று நான் வீறாப்புடன் உதறி இழுத்தபோது அவள் நிலத்தில் விழுந்தாள். ஆனால், கையை விடவில்லை. எழுந்து இழுத்தாள். ஒரு விதமான கயிறிழுப்பாக நானும் தரதரவென இழுத்தவனாகக் கடலைப் பயிர்களைக் கடந்து கிணற்றடிக்கு மீண்டும் வந்தேன்.

எனக்கு வியர்க்கத் தொடங்கிவிட்டது; மூச்சு வாங்கியது; களைத்துப் போனேன். உடல் சக்தியெல்லாம் இழந்தது போன்ற நிலையில் கிணற்றுக்கட்டிலில் சாய்ந்தபடி, "இஞ்ச வா, உனக்கு இதுதான் கடைசி சந்தர்ப்பம். நீ இளம் பெண். நான் ஒரு ஆண். இந்தப் பண்ணையில் இதுதான் எனது முதல் நாள். தேவையில்லாத சங்கடங்கள் ஏற்படும் என்பதால் நான் அதிக நேரம் இங்கு இருக்க விரும்பவில்லை" என்று கையை உதறியபோதும் அவள் விடவில்லை. கையைப் பிடித்தபடிக் கிணற்றின் கட்டில் ஏறி

நின்றாள். அவளது தலைக்கு மேல் நிலவு தெரிந்தது. அவளது முகம் விகாரமானது. சிறிது நேரத்தில் அவளது பெண்ணுருவம் மாறாமல் முகம் மட்டும் சிவப்புநிறக் கன்றுக்குட்டியின் முகமாகியது. அப்பொழுதுதான் இது பெண்ணல்ல, பேய் என்று எனக்குப் புரிந்தது. அவளை உதறிவிட்டு ஓடுவதற்குத் தயாராகப் பண்ணை வீட்டை நோக்கித் திரும்பினேன்.

"அப்படியென்றால் நீயும் என்னை இந்தக் கிணத்தில் தள்ளிவிட்டுத்தான் போவாய். எல்லோரையும் போலத்தான் . . . தூ" என்று எனது பின்கழுத்துப் பகுதியில் அவள் துப்பியதுபோல் இருந்தது. கையால் கழுத்தைத் தடவியபடி, திரும்பிப் பார்த்தபோது அவளைக் காணவில்லை. அந்தக் கிணற்றில் வேகமாக ஏதோ விழும் சத்தம் கேட்டது.

அடப்பாவமே, என்னால்தானே என்ற குற்றவுணர்வுடன் பதறியபடி எட்டிப் பார்த்தபோது முகத்தில் கிணற்றுத் தண்ணீர் ஓங்கியடித்தது.

O

படுக்கையிலிருந்து எழுந்து, திறந்த கதவால் பார்த்தபோது துரைநாயக்கரது முகம் டவலால் மூடியிருந்தது.

கிருஷ்ணன் சிறிது புரண்டு படுப்பதும் தெரிந்தது. திண்ணையில் படுத்திருந்த மேஸ்திரியின் குறட்டைச்சத்தம் குகையில் சிங்கமொன்று தனது இரையைப் பங்கு கொடுக்க மறுத்து மற்றைய சிங்கத்தை நோக்கி உறுமுவதுபோல அந்த இரவின் அமைதியைக் குலைத்தது.

யன்னலின் கதவை மூடினேன். ஆனாலும் காலையில் சூரிய வெளிச்சம் வந்த அதே இடைவெளியூடாக நிலவின் ஒளி கீற்றாகப் புகுந்தது. மூக்குத்தியணிந்த அந்தப் பெண்ணின் முகம் அந்தக் கீற்றின் மத்தியில் தெரிந்தது.

2

கற்பகம்

அடுத்த நாள் காலையில் எழுந்தபோது ஏழு மணியாகிவிட்டது. இரவில் கண்ட கனவு, நினைவில் வந்து இரவில் மட்டுமல்ல பகலிலும் என்னை அலைக்கழித்தது. அது கனவாகத் தெரியவில்லை. உண்மையான சம்பவமாகத் தெரிந்தது. இந்தப் பண்ணையில் நடக்கக்கூடாத ஏதோ ஒன்று நடந்திருக்க வேண்டும். அந்த மர்மம், பண்ணை வீடு, கிணறு, தொழுவம் எனக் கலந்து மறைந்திருக்கிறது. அதை அறிந்தவர்கள் யார்? அப்படி நடந்திருந்தால் அது எனக்கு மட்டும் கனவில் வரக் காரணம் என்ன?

யாரைக் கேட்கலாம்?

கறுப்பையா சொன்ன விடயம் நடந்து ஆறு மாதங்கள் கடந்துவிட்டதே! அவர் சொல்லியதால் மனத்தில் பதிந்த அந்தச் சம்பவம்தான் என் ஆழ்மனத்தின் கனவாக வந்ததா? நினைவுகளின் வெளிப்பாடு கனவென்பார்களே!

விடைகள் அற்று வினாக்கள் மட்டுமே இருக்கும் பரீட்சைத் தாள் போல் அகத்தில் நினைவுகள் ஓடியபோதிலும் அந்தக் காலை நேரம் அமைதியாகவும் அதேவேளையில் நிர்மலமாகவும் விடிந்திருந்தது. ஓங்கி வளர்ந்திருந்த முற்றத்து வேப்பமரம் கொழுந்துகளும் பூக்களும் கொண்டு இளம் பச்சையாகச் சடைத்திருந்தது. காலை நேரத்தில் பறவைகள் பல வந்திருந்தன. குளம் அருகே இருப்ப தால் கொக்குகளும் நாரைகளும் அந்த மரத்தில்

வந்து உச்சிக் கிளைகளில் இருந்தன. அவை தொலைவில் இருந்து பறந்துவந்து இந்த மரத்தில் இளைப்பாறிவிட்டுக் குளத்தை நோக்கிச் செல்கின்றன. முற்றத்திற்கு வந்தபோது, எதிரில் இருந்த சவுக்கந்தோப்பின் மேலாக மலைக்குன்றுகள் தெரிந்தன.

இரவில் கண்ட கனவு மனத்தில் ஆழமாகக் கிளறிப் புழுதியைக் கிளப்பியிருந்ததால் சுற்றியுள்ள இயற்கையின் விருந்தைச் சுவைக்கும் மனநிலையில் இல்லை. இரவு கண்டது கனவா அல்லது அதில் சிறுபகுதியாவது உண்மையான சம்பவமா என்பதை முதலில் அறிய வேண்டும். மனம் வானத்தில் நூல் அறுந்த காற்றாடியாகத் தவித்தது. இரவு கிணற்றடிக்குப் போனது, அங்கு பெண்ணைக் கண்டது, வெறும் காலுடன் அவள் கடலைப் பயிர்களூடாக நடந்தது, அவள் எனது கையைப் பிடித்து இழுத்தது, எனது கால்களில் கடலைப் பயிர்கள் நசிந்தது, அவளுக்கு வழிவிட்டது, இறுதியில் சவுக்கந்தோப்பில் நிலா வெளிச்சத்தில் அவளது மூக்குத்தி, நெற்றியிலிருந்த ஆறிய காயம் என இடங்கள், காட்சிகள், பேசிய வார்த்தைகள் எல்லாம் வண்ணத்தில் எடுத்த திரைப்படமாக நெஞ்சத் திரையில் விரிந்தபடியிருந்தன.

முற்றத்தில் இறங்கிச் சுற்றிப் பார்த்தேன், எவரையும் காண வில்லை. மாட்டுத் தொழுவத்தில் பலரும் பேசும் ஓசைகள் கேட்டன. கறுப்பையரும் துரைநாயக்கரும் மாட்டுப்பண்ணை யில் நிற்கிறார்கள்போல் என்று நினைத்தபடி விரைவாகக் கிணற்றடிக்குச் சென்று அங்கிருந்த மோட்டார் அறையை உள்ளேயும் வெளியேயும் சுற்றிப் பார்த்தேன். அறையின் முன்பாக இரண்டு சிவப்பான ஒரு சோடி சிறிய ரப்பர் செருப்புகள் கிடந்தன. அதன் அளவைப் பார்த்தால் பெண்ணுடையதாகவோ அல்லது சிறுவனுடையதாகவோ இருக்கலாம். ஆனால் அந்தச் சிவப்பு வண்ணம் பெண்ணுடைய செருப்புதான் அது என்று அழுத்தமாக நினைக்கவைத்தது.

யாருடையதாக இருக்கும்? தற்போது வேலை செய்யும் பெண்களதாக இருக்குமா? அறுந்தோ தேய்ந்தோ இல்லாது பாவனைக்கு உகந்ததாக உள்ளதே?

கிணற்றுப் பகுதியைத் தாண்டி, கடலைப் பயிர்கள் இடையே உள்ள வரப்பில் நடந்தேன். இரவுக் கனவில் வரப்பு தெரிய வில்லை. நடந்தபடி ஏதாவது காலடித் தடங்கள் தெரிகின்றனவா என நிலத்தில் பார்த்தேன். நேற்று நீர் இறைத்த இடமானதால் கருமையான ஈரம் இன்னமும் இருந்தது. காலடித் தடங்கள் பதிந்தால் நிச்சயமாகக் காட்டிக்கொடுக்கும். வரப்பில் நடந்து இரு பக்கமும் பார்த்தபோது அப்படி எந்தக் காலடிச் சுவடுகளுமில்லை.

சவுக்கம் தோப்பை நோக்கி நடந்தபோது என்னையறியாது திரும்பித்திரும்பிக் கடலைப் பயிர்கள் இரவில் மிதிபட்டவை கிடக்கின்றவா எனப் பார்த்தேன். காலைப் பனித்துளிகள் முத்துமுத்தாக இலைகளில் பூத்திருந்தன. அங்கு ஒரு பயிர் மட்டும் உடைந்து சரிந்துகிடந்தது. விட்டுப்போக மனமில்லை. குனிந்து சிறிது ஈரமண்ணைக் குவித்து நிமிர்த்தி நட்டுவிட்டுச் சவுக்கம் தோப்புக்குள் நடந்தேன். அப்பால் தோப்பைக் கடந்தபோது கற்கள் கொண்ட தரைப் பகுதியாக உள்ள மலையடிவாரம் வரை சென்று திருப்பினேன்.

"என்ன டாக்டர், காலாற அதிக தூரம் நடந்தீர்களா?" என்றபடிக் கோப்பை நிறைந்த தேநீரை துரைநாயக்கர் தந்தார். "இது காலையில் கறந்த பாலில் ஊற்றியது. டாக்டருக்கு என ராமசாமி தந்தான்" என்று சொல்லிவிட்டு, என்னருகே வந்து மெதுவாகக் கையை வாயருகே வைத்துக்கொண்டு "சார் கறுப்பையாவிற்குப் பேசத் தெரியாது. ஊரில் வயற்காட்டுக்குள் நின்று கூவுவதுபோல் இங்கும் கூவுவான். நீங்கள் அதைக் கணக்கெடுக்காதீர்கள்" என்றார். நான் சிரித்துக்கொண்டே, "அவரை நான் நேற்றே மறந்துவிட்டேன். இலங்கையில் நாங்கள் துப்பாக்கிகளுக்கும் வெடிகுண்டுகளுக்கும் இடையே வாழ்ந்தவர்கள். வார்த்தைகள் இலகுவில் காயப்படுத்தாது" என்றேன்.

தேநீரைப் பருகியபடி அவரிடம் "பண்ணை மனேஜரைப் பார்த்துவிட்டுச் சென்னைக்குப் போய் மருந்துகளுடன் நாளை வருகிறேன். மேலும் உடைகளையோ மற்றைய சாமான்களையோ நேற்று நான் எடுத்து வரவில்லை" என்றேன்.

கறுப்பையா தலையில் அவரது மேல்துண்டு தலைப்பாகை யாக இருந்தது. வேப்பங்குச்சியை வாயில் வைத்தபடி, வேட்டியைத் தூக்கிக் கட்டியிருக்கக் கோடு போட்ட உள்ளங்கி தெரிய அங்கு வந்தார்.

"என்ன டாக்டர் சார், எப்படி? இரவு தூக்கம் வந்ததா?" எச்சிலைக் காறித் துப்பிவிட்டுக் கேட்டார்.

கனவைப் பற்றி அவரிடம் சொல்லுவோமா என்று ஒரு கணம் நினைத்துவிட்டு, "முதல்நாள் ... அதுதான் தூக்கம் வரவில்லை. மாடுகளுக்குத் தேவையான மருந்துகள் இங்கில்லை. மனேஜரிடம் போய்ப் பணம் பெற்று மருந்து வாங்கிக்கொண்டு நாளை வருகிறேன்."

"அப்ப சரி போய்வாங்க. நான் வேண்டுமென்றால் ரோட்டருகே சைக்கிளில் கொண்டு வருகிறேன்."

"இல்லை. நான் நடந்தே போகிறேன்" எனச் சொல்லிவிட்டு அறைக்குள் சென்றேன்.

பண்ணையிலிருந்து வெளியே செல்லும்போது ஒன்பது மணியை நெருங்கியது. பண்ணையின் இரும்புக் கதவு நோக்கி நடந்தபோது எதிரில் பண்ணையில் வேலை செய்யும் மூன்று பெண்களும் பாத்திரத்தில் மதிய உணவைக் கைகளில் கொண்டு வரிசையாக வந்தனர்.

அவர்களில் முன்னே வந்த ராணி, "என்ன சார் நேற்றுதான் வந்தீங்க... இன்னிக்கு வீட்டுக்குப் போறீங்க?" என்றாள் சிரித்தபடி. மற்ற இரு பெண்களும் குனிந்தபடிச் சிரித்தார்கள்.

இந்த ராணிப் பெண்ணுக்கு அழகான பல்வரிசை என நினைத்துக்கொண்டே, "நான் குடித்தனம் நடத்த இங்கு எதுவுமில்லை என்பதால் அவற்றுடன் நாளை வருகிறேன்" என்று சொல்லியபடி வீதியை நோக்கி நடந்தேன்.

பண்ணையில் காலை ஒன்பதுமணிக்கு வந்தால் மாலை ஆறுமணிவரையும் ஏழுநாளும் வேலையிருக்கிறது. இங்கு வார விடுமுறை, மற்றைய அரசாங்க விடுமுறை எதுவுமில்லை. உடல்நலக் குறைவென்றால் மட்டும் ஓரிரு நாள் எடுக்க முடியும்.

இந்தப் பண்ணையின் உரிமையாளர்கள் கீழக்கரையைச் சேர்ந்த செல்வந்தர்கள். அவர்களது பண்ணையையும் ஆண்கள் பாடசாலையையும் ஒன்றாக சாதிக் அலி என்ற மனேஜர் நிர்வகித்து மேற்பார்வை செய்துவந்தார். உரிமையாளர்கள் மாதமொரு முறை பண்ணைக்கு வருவார்கள் என்ற விடயங்களை ஏற்கெனவே துரைநாயக்கர் சொல்லியிருந்தார்.

பாடசாலையிலிருக்கும் மனேஜர் சாதிக் அலியின் அறைக்குச் சென்றதும் அவர் எழுந்து வரவேற்றார். நாற்பது வயதான மாநிறமான மனிதர், தாடி மட்டும் வைத்திருந்தார். வெள்ளை பாண்ட் சட்டையிலிருந்தார். "எப்படி பண்ணை பிடித்ததா?", "சாப்பாடு எப்படி?" எனப் பல கேள்விகள் கேட்டார். அத்துடன் இலங்கை நிலவரங்களையும் கேட்டுவிட்டு, "உங்களுக்கு வைத்திய விடயங்கள் சொல்ல வேண்டியதில்லை. ஆனால் பண்ணை வேலையாட்களிடம் இறுக்கமாக இருக்க வேண்டும்" என ஆலோசனை சொன்னார்.

அவரது ஆலோசனையை ஏற்பதாகத் தலையை ஆட்டினேன். பண்ணையின் நிர்வாகம் வேலையாட்களை எப்படி அடக்கி வேலைசெய்யவைப்பது என்பதாகச் சுருக்கப்பட்டிருப்பதைக் கறுப்பையாவும் சாதிக் அலியும் புரிந்து வைத்திருந்தார்கள்.

"பண்ணையைச் சுற்றியுள்ள இடத்தில் உயர்தரமான புல்லைப் பயிரிட்டால் மாட்டுத் தீவனத்தின் செலவில் பெரும்பகுதியை மிச்சப்படுத்தலாம். அத்துடன் தொழுவத்தின் சாணம், சலம் கலந்த

கழிவுநீரை ஒரு குழியில் தேக்கி அங்கிருந்து அந்தத் தண்ணீரைப் புல்லுக்கு இறைக்க முடிந்தால் புல்லுக்கு மேலதிக உரம் தேவையில்லை. குழியைக் கிண்டி அதற்கு சீமேற்தால் பூசுவதற்கான பணத்தை ஆறுமாத காலத்தில் நீங்கள் எடுத்துவிடலாம்" எனச் சொன்னேன்.

"நல்ல விடயம். அதற்கு நான் ஆவன செய்கிறேன்."

"மாடுகளுக்கு மருந்து வாங்கச் சிறிது பணம் தேவை. அவற்றைச் சென்னையில் வாங்க இருக்கிறேன்" என்றதும் உடனே ஆயிரம் ரூபாய் எடுத்துத் தந்தார்.

"உங்களைப் பார்த்தது நல்லது. நீங்கள் சொல்லும் விடயங் களைக் கேட்பதும் சந்தோசமாக இருக்கிறது. ஏற்கெனவே பழைய டாக்டரினால் நாங்கள் மூக்குடைந்து போனோம்" என்றார்.

என்ன விடயம் என்று கேட்க நினைத்தாலும் கேட்கவில்லை. சாதிக் அலி நல்ல மனிதனாக இருக்கிறார் என நினைத்து வெளியேறினேன்.

பண்ணையில் வந்து தங்கிய இரண்டு நாட்களில், இந்தப் பண்ணையில் மேற்பார்வையாளர்களாக இருக்கும் கறுப்பையா, துரைநாயக்கர் இருவரும் தென்மாவட்டங்களிலிருந்து வந்தவர்கள், வேலையாட்களாக இருப்பவர்கள், தாழ்த்தப்பட்ட சமூகத்தைச் சேர்ந்தவர்கள், இவர்களிடையே சாதிப் பாகுபாடு வெளித் தெரியாதபோதும் காற்றைப்போல் எங்கும் நிறைந்திருக்கிறது. இதை மிகவும் கவனமாகக் கையாள வேண்டும் எனவும் புரிந்துகொண்டேன்.

எனக்கு நான்குவயது குறைவான ராமசாமி மட்டும் என்னுடன் நெருக்கமாகப் பழகினான். தனது அந்தரங்கங்களை என்னிடம் பகிர்ந்துகொண்டான். நான்குவருடம் திருமணமாகி யும் தனக்குக் குழந்தையில்லை எனக் குறைபட்டான். வெளிப்படையாகப் பேசும் ராமசாமி மட்டுமே ஏதாவது பண்ணை விடயங்களை எனக்குச் சொல்லக்கூடியவன் என நினைத்தேன். இந்தப் பண்ணையில் பால் கறப்பதோடு அவனது வேலை முடிந்துவிடுகிறது. மற்ற வேலைகளைச் செய்வதில்லை என்பதால் கறுப்பையாவின் கட்டுப்பாடுகளோ நெருக்கடிகளோ அவனுக்குக் கிடையாது.

மாலையில் மாட்டுத் தொழுவத்திற்குச் சென்று ஆறு மாதத்திற்கும் முன்பாகக் கன்று ஈன்ற பசுக்கள் மீண்டும் சினைப்பட்டுள்ளனவா என்று ஒவ்வொரு பசுவாகப் பரிசோதித்து விட்டுக் கடைசியில் சிவப்பி என்ற ஜெர்சிக்கு வந்தேன்.

குதத்துக்குள் கையை விட்டு அதன் சூலகத்தில் முட்டையை விரல்களால் நீவிவிட்டுப் பின்பு அதன் கர்ப்பப்பையையும் பரிசோதித்துவிட்டுக் கையை எடுத்தேன். இதுவரையும் மூக்கில் விரலைவைத்துப் பிடித்துக்கொண்டிருந்த ராமசாமியிடம், "இந்த மாடு ஆறுமாதமாகச் சினைப்படவில்லை என்கிறாய். ஆனால் அதனது சூலகத்தில் எதுவிதப் பிழையுமில்லை. எத்தனை தடவை மூக்கனை ஏறவிட்டாய்?" எனக் கேட்டேன்.

"இரண்டு தரம் சினைக்கு விட்டேன். ஏதோ வெட்டி முறிப்பதாக ஏறி இறங்கியது. ஆனால் எந்தப் பிரயோசனமுமில்லை."

"அடுத்த முறை காளையைத் தேடும்போது எனக்குச் சொல்லு. நான் வந்து பார்க்க வேண்டும்."

"காளையைத் தேடும் எந்த அறிகுறியும் சிவப்பிக்கு வெளியே தெரியாமல் போய்விடுகிறது."

"அப்படியா?" எனக் கேட்டுவிட்டு மற்ற மாட்டிற்குள் கையை விட்டேன்.

"சார் வாத்தியார் படம் ஒன்று கூடுவாஞ்சேரியில் ஓடுகிறது. இரவு பார்ப்போமா?" என்றான்.

"என்ன படம்?"

"அரச கட்டளை."

"அது பழைய படமல்லவா? நான் பாடசாலையில் படித்த காலத்தில் பார்த்தது."

"வாத்தியார் சார். வாத்தியார் படம் எத்தனை முறை பார்த்தாலும் திரில் சார்."

அந்த மாடு சினை பிடித்திருந்தது. கையை மாட்டின் குதப் பகுதியில் இருந்து எடுத்து, "எட்டு மாதமாகிறது. இனி பால் கறப்பதை நிறுத்த வேண்டும்" என்று கையைக் கழுவுவதற்குச் சவர்க்காரம் எடுக்கும்படிக் கேட்டேன்

"சோப்பா சார்" என எடுத்துத் தந்தான்.

தமிழ்நாட்டில் முக்கியமாக, சென்னையில் பல ஆங்கில வார்த்தைகளின் உச்சரிப்பு மாறி, தமிழ் வார்த்தைகளாக மக்கள் பாவிக்கிறார்கள். அது ஆங்கிலமென்றே அவர்களுக்குத் தெரியவில்லை. நாம் அதற்குப் பொருத்தமான தமிழ் வார்த்தையைப் பாவித்தால் அவர்கள் புரிந்துகொள்வதில்லை. இந்தச் சூக்குமத்தை உணர்ந்துகொள்ள எனக்குச் சில காலமெடுத்தது.

“சார் படத்துக்கு வறீங்களா?” என்று பிடிவாதமாகக் கேட்டான்.

“ஆறுமணிக்குப் பின்பு போய், படம் பார்த்து எப்படி மீண்டும் வரமுடியும்? பஸ் இராதே. எப்படிப் போக முடியும்?”

“இரவு இரண்டாவது காட்சிக்குப் போகலாம். நான் சைக்கிளில் கொண்டுபோகிறேன்.”

இதைக் கேட்டுக்கொண்டு மாட்டுத் தொழுவத்தை நோக்கி வந்த கறுப்பையா மேஸ்திரி “டேய் டாக்டரைக் கெடுக்காதே” என்று சொல்லிவிட்டு என்னைத் திரும்பிப் பார்த்து “சார் இவனோடு சேராதீர்கள்” என்றார், கழுத்துத் துண்டைக் கையில் எடுத்தபடி.

“என்ன சார், நீதான் வயசாகி இங்கினயே அடைந்து கிடக்கினா டாக்டரையும் அப்படியா? நாலு இடம் பார்க்க வேண்டாமா?”

“நீ நாலு இடம் பார்ப்பது எனக்குத் தெரியும்,” என்றார் மேஸ்திரி பெரிய சிரிப்புடன்.

அந்த வார்த்தையில் இரட்டை அர்த்தம் தெரிந்ததால், இருவரையும் மாறிமாறிப் பார்த்தேன்.

“சார், அதையெல்லாம் கண்டுக்காத,” என என்னிடம் சொல்லிவிட்டுத் திரும்பி மேஸ்திரியிடம் “எங்க வயசில நீ மோசமா இருந்தேன்னு நாயக்கர் சொன்னார்” என்றான் ராமசாமி.

“வீட்டில் நல்ல பசுவை வைத்துக்கொண்டு, ஏன்டா ஊரெல்லாம் பாலுக்கு அலைகிறாய்?”

“சார், டாக்டர் படித்தவர். அவரை நான் கெடுக்க முடியாது” என்றபோது, “உன்னைத் திருத்த முடியாது. உனது மாமாவோடு பேசினாத்தான் சரிப்படுவ” எனச் சொல்லியபடி மாடுகளது உணவு வைக்கும் அறைக்குள் சென்றார்.

இரவில் சினிமாப் படத்திற்குப் போய்த்தான் பார்ப்போம் என நினைத்தேன்.

இரவு எட்டுமணியளவில் ராமசாமி என்னை சைக்கிளில் ஏற்றிக்கொண்டு கூடுவாஞ்சேரி போய் அங்குள்ள தகரக்கொட்டகையில் எம்ஜிஆரின் ‘அரச கட்டளை’ பழைய படத்தைப் பார்ப்பது திட்டமாக இருந்தது. சினிமாப்படம் பார்ப்பதிலுள்ள கவனத்தைவிட பண்ணையில் நடந்த பழைய விடயங்களை ராமசாமியிடம் கேட்பதே எனது நோக்கமாக இருந்தது. இதைப்போன்று தனிமையில் ராமசாமியிடம் பேசும்

சந்தர்ப்பம் கிடைப்பது அரிது. மேலும் என்னோடு அந்தரங்கமாகப் பழகுகின்ற வயதும் குணமும் ராமசாமிக்கு மட்டும்தான் அந்தப் பண்ணையில் இருப்பதால் அவனை நெருங்க இந்தச் சந்தர்ப்பம் நன்றாக உதவும் என்பதும் எனது கணக்கு.

வேப்ப மரத்தருகே இருந்து சைக்கிளில் நானும் ராமசாமியும் புறப்பட்டபோது மேஸ்திரி ஒரு டோர்ச் லைட்டைத் தந்து விட்டார். நான் "நிலாக்காலமாக இருக்கிறது. தேவையில்லை" என்றபோது, "இந்த ராமசாமியோடு போகிறீர்கள். எதுக்கும் கவனமாகப் போங்கள்," என்று சொல்லிவிட்டு, "ஐந்துமணிக்குப் பால் கறந்துவிட வேண்டும் இல்லையென்றால் மானேஜரிடம் நான்தான் ஏச்சு வாங்க வேண்டும். தெரியும்தானே? ஹாஸ்டல் பிள்ளைகளுக்குக் காலையில் பால் கொடுப்பார்கள்," என எச்சரிக்கையாக ராமசாமியிடம் சொன்னார்.

"சார் நாம அதிலே கரட்" என்றபடி ராமசாமி என்னை சைக்கிளில் வைத்து ஓட்டினான்.

பண்ணைவீட்டிலிருந்து பண்ணைவாசல்வரையும் நூறு மீட்டர்கள் தென்னை மரங்கள் நின்றன. அதன்பின்பு பண்ணைக்கு உள்ள இரும்புக் கதவைத் திறந்தால் இருநூறு மீட்டர்கள் பற்றைப் பொட்டல் வெளியூடான மண்பாதை. அதன் பின்பே வீதியுள்ளது.

வானத்திலிருந்து நிலவொளி அந்தப் பொட்டல்வெளியைக் குடத்துப் பால் சிந்திய இடமாக்கியது. மரங்களற்ற அந்த நிலப்பகுதியைக் கடந்து தார்வீதியில் சைக்கிள் ஏறியபோது, எதிரே இருந்த கிராமத்தில் மரங்கள் இருண்டுத் தெரிந்தன.

"ஏன் இந்த கறுப்பையா உன்னோடு இப்படி முரண்டாக இருக்கிறார்?"

"அந்தாள் எப்பவும் அப்படித்தான். மானேஜரது ஊர்க்காரர் என்பதால் இந்தப் பண்ணைக்கே சொந்தக்காரன் என பந்தா பண்ணுவது."

"நான் பண்ணைக்கு வந்த அன்றே முன்பிருந்த பழைய டாக்டருக்கு ஒரு பெண்ணோடு தொடர்பு இருந்ததென்றும் பின்பு அந்தப் பெண் தற்கொலை செய்ததாகவும் சொல்கிறார். இந்த மனுசன் அப்படிச் சொன்னவுடன் எனக்குக் கால் கை ஓடவில்லை. விடயம் எதுவும் புரியவில்லை. அது என்ன கதை?"

"சார்... அது பெரிய கதை. அப்ப துரைநாயக்கரில்லை. அப்போது ஐம்பது வயதான டாக்டர் ஒருத்தர் இருந்தார். அவரும் கறுப்பையாவும் அந்தப் பண்ணை வீட்டில் இருந்தார்கள். டாக்டருக்கும் இந்தப் பண்ணையில் வேலைசெய்த கற்பகம்

பண்ணையில் ஒரு மிருகம்

என்ற பெண்ணுக்கும் தொடர்பு இருந்ததாகப் பேசினார்கள். அது பக்கத்தூர், அதான் அயனாவரம் இருக்கிறதே. அந்த ஊர்ப் பெண். புருசன் குடிகாரன். எப்போதும் குடித்துவிட்டு விழுந்து கிடப்பான். குடும்பத்தைப் பார்ப்பதில்லை. அந்தப் பெண் பகலில் வேலை செய்துவிட்டுச் சாயந்திரமானாலும் வந்து டாக்டருக்குச் சமைத்துக் கொடுக்கும். சிலவேளையில் இரவில்கூடப் பண்ணைக்கு வருவதாகவும் இருந்தது. சமையல் வேலைக்கு டாக்டர் கொஞ்சம் பணம் கொடுப்பார் என நினைக்கிறேன். இவையெல்லாம் கறுப்பையாவிற்குத் தெரியாமல் நடக்கச் சாத்தியமில்லை என நாங்கள் நினைத்தோம். ஆனால் ஒரு நாள் தண்ணீர் அள்ளும்போது அந்தப் பெண் கிணத்தில் விழுந்துவிட்டதாக கறுப்பையா கிராமக்காரரைக் கூட்டிவந்து பெண்ணை வெளியே எடுத்தபோது அது செத்திருந்தது. இரவில் பெண்ணைச் சமையலுக்கு டாக்டர் அழைத்தது தவறு என்று மேலிடம் அந்த டாக்டரை வேலையில் இருந்து தூக்கிவிட்டது. டாக்டரால் தற்கொலை செய்ததாக அந்தக் குடிகாரக் கணவன் சொல்லித் திரிந்தான். அந்த இரவு டாக்டர் பண்ணையில் இருக்கவில்லை என்பதால் எவரும் அவனது பேச்சைப் பொருட்படுத்தவில்லை.

“எந்தக் கதையை நம்புவது என்பது தெரியவில்லை. ஆனால் கறுப்பையா அதன் பின்பு எல்லோரிலும் மிகவும் கவனமாக இருக்கிறார். அவர் ஊர் செல்லும் நாட்களில் துரைநாயக்கரிடம் பொறுப்பாக இருக்கும்படி வற்புறுத்திக் கூறிவிட்டே செல்வார்.”

“அது ஏன் உன்னிடம், வீட்டில் பசுவை வைத்துக்கொண்டு ஊரில் பாலுக்கு அலைவதாகச் சொன்னார்?”

“அதைக் கண்டுக்காத சார். அந்தாளு பெரிய ரோதனை. ஒருநாள் எனக்கெதிரே அன்பு பொண்ணு வந்தது. அதன் கழுத்தைக் காட்டி எப்ப கண்ணாலம் என்றேன். அது சிரித்துவிட்டு என் கையைத் தட்டி விலகியது. என் பின்னால் வந்தவர் அத்தைக் கண்டிருக்கிறார். அன்றையில் இருந்து அவருக்கு என்மேல் கண். போதாததற்கு, எனது தாய்மாமன் நீலமேகம் இவரது கூட்டாளி. அவரைக் கையில் போட்டுக்கொண்டிருக்கிறார். என்னைப்பற்றி வத்திவைப்பது இவருக்குக் கைவந்த விசயம்.”

திரை அரங்கத்துள் கூட்டம் நிறைந்திருந்தது. நகரத்து அரங்குகள்போல் முதல் வகுப்பு, இரண்டாம் வகுப்பு என்ற பிரிவுகள் இல்லை. திரையரங்கின் அரைப்பகுதி ஆசனங்களுடனும் மற்றைய பகுதி மணல் பரவிய தரையாகவும் இரு பிரிவுகள் மட்டுமே இருந்தன. ஆசனத்தில் அமர்ந்ததும் படம் தொடங்கியது. தீப ஆராதனை காட்டப்பட்டு மலர்கள் தூவிய காட்சிகள் கண்ணுக்கு விருந்தாகவும், விசிலும் கூப்பாடுகளும் காதை

அடைக்க ஒலித்தபின் படம் தடல்புடலாக ஆரம்பமானது. ஒவ்வொரு காட்சியிலும் எம்ஜியார் வரும்போது ரசிகர்கள் ஆரவாரமாக இருந்தார்கள். திரையில் சினிமாவும் கொட்டகையில் நாடகமுமாக இரண்டு நிகழ்வுகள் ஒரே நேரத்தில் நடந்தன. பார்த்த படமானதால் படத்தைவிடக் கொட்டகைக் காட்சிகள் எனக்குப் புதிதாகவும் ரசிக்கக்கூடியதாகவும் இருந்தன. எம்ஜியார் ஆட்சியிலிருந்ததால் அவரது ரசிகர்கள் பழைய படங்களையே பார்த்துத் திருப்தியடைய வேண்டிய காலம்.

பாடல் காட்சிகள் தவிர்ந்த இடத்தில், என் மனமெங்கும் கற்பகமே நிறைந்திருந்தாள். இரண்டுநாட்களுக்கும் முன்பாகக் கிணற்றருகே நின்று சவுக்கந்தோப்பை நோக்கி இழுத்துச்சென்றது கற்பகத்தின் ஆவியாக இருக்க வேண்டும். ஏன் கற்பகத்தின் ஆவி என்னிடம் பேச வந்தது? இதுவரையும் ஆறு மாதங்களில் அப்படி ஏதாவது நடந்திருந்தால் இராமசாமி வாயால் அது வந்திருக்குமே?

கற்பகம் தவறி விழுந்ததென்பது நிச்சயம் உண்மையாக இருக்க முடியாது. கிணற்றில் நீர் அள்ளிப் பழக்கப்பட்ட கிராமத்துப் பெண் எப்படி வீழ்ந்திருப்பாள்? அதைவிட நீர் இறைக்கும் மோட்டார் இருக்கிறது. பாவனைக்குத் தொட்டியிலும் தண்ணீர் உள்ளது. குடிதண்ணீர் தேவையெனில் மோட்டாரைப் பாவிக்காது தண்ணீர் அள்ளியிருக்கலாம். டாக்டர் தனது மனைவியைப் பலாத்காரம் செய்ய முயன்றார் எனக் கூறும் அவளது கணவனின் பேச்சில் உண்மையிருக்குமா?

டாக்டரோடு பிணக்குப்பட்டு, அவர் இல்லாத நாளில் தற்கொலை செய்வது நம்பமுடியாத விடயம்.

கொலையாக இருக்குமா?

யார் கொலைகாரர்?

கறுப்பையா மட்டும்தான் கிராமத்தவர்களை உதவிக்கு அழைத்தார். கறுப்பையாவைப் பற்றி ராமசாமி எதுவும் சொல்லவில்லையே?

கொலை, தற்கொலை அல்லது தற்செயலான மரணமா? கிணற்றில் விழுந்து இறந்ததென்றால், அது நீரில் மூழ்கியா அல்லது விழுந்தபோது பாறையில் அடிபட்டு இறந்ததா என்ற விபரங்களை அறிய வேண்டும்.

நான் வந்துசேர்ந்த இடம் தற்கொலை அல்லது கொலை நடந்து, குருதி வாடையுள்ள இடம் மட்டுமல்ல, இறந்த பெண் ஆவியாக அலையுமிடம் என்பதை நினைத்தபோது, 'வேட்டையாடு விளையாடு' என்ற அழகான பாடல் வந்து மனத்தை இசையால்

கட்டிப்போட்டது. நான் இசையால் மெய்மறந்தபோது, பலர் எழுந்து வெளியே சென்றனர். ராமசாமியும் "நானும் வெளியே போய்விட்டு வருகிறேன்" என்று எழுந்தான்.

படம் முடிந்தபோது நடுநிசியைத் தாண்டிவிட்டது. சைக்கிளில் சென்றுகொண்டிருந்தபோது, அந்தப் பெண் கிணற்றுள் விழுந்து தண்ணீருக்குள் மூழ்கிச் செத்ததா, இல்லை தலையில் அடிபட்டுச் செத்ததா என்ற கேள்வி மீண்டும் மூளையைக் குடைந்தது.

ராமசாமியிடம் இதைப்பற்றிக் கேட்டேன்.

"தலையில் காயமிருந்ததை நான் பார்த்தேன் சார். அத்தவிட அந்தப் பெண் கற்பகம் நல்லா நீந்தும். அத்தான் அந்தக் குளம் அவங்க ஊருக்கும் பண்ணைக்கும் இடையில் இருக்கிறதே. அங்கு சிறுவயதில் நீந்தி விளையாடியது எனச் சொல்லியிருக்கு. கறுப்பானாலும் பார்ப்பதற்குத் தளதள பெரிய கண்களோடு மூக்குத்திபோட்டு வாத்தியாரோடு வந்த சரோஜாதேவி மாதிரி இருக்கும். பாவம் அந்தப் பொண்ணுக்குப் புருசன் சரியில்லை. கல்யாணமாகி இரண்டுவருடங்கள் பிள்ளைகூட இல்லை. ஆனால் பிரேதத்தைப் பார்த்த தாம்பரம் டாக்டர் இரண்டு மாசம் கர்ப்பிணியென்று சொன்னார். பாவம் சின்னவயதில பொசுக்கினு போயிருச்சிது. இருபத்தைந்து வயசுகூட இல்லை. அதுக்குக் கொடுத்து வைத்தது அவ்வளவுதான். ஆமா சார், அதை ஏன் நீ துருவித் துருவி பொலிஸ் மாதிரி கேட்கிறாய்?"

"என்னைக் கேட்க வைத்தது கறுப்பையர். நான் வந்ததும் வராததுமாக அறைக்குள் அழைத்துப் பழைய டாக்டரால் பெண்ணொருத்தி இறந்ததால் என்னைக் கவனமாக இருக்கச் சொன்னார். அன்றிரவில் ஒரு பெண் யன்னல் பக்கமாக வந்ததுபோல் இருக்க எழுந்துவிட்டேன். அது கனவு என நம்புகிறேன், அதனால்தான் பழைய கதையை அறிய விரும்புகிறேன்."

பாதிக் கதையை விழுங்கிப் பாதியைச் சொன்னேன்.

"பண்ணையில் அந்தப் பெண் கற்பகம் இறந்ததால் இங்கு அலைவதாகப் பலர் சொன்னார்கள். கற்பகம் நல்ல பொண்ணு. சின்ன வயது பாவம் சார். யாருக்கும் கெடுதல் செய்யாது. அதிகம் பேசாது தன்பாட்டில வேலை வீடு என இருந்த அதைப் பழைய டாக்டருக்கு, இரவுச் சாப்பாடு செய்ய ஒழுங்கு பண்ணியதே கறுப்பையாதான். இருவரும் ஒன்றாகத்தான் சாப்பிடுவாங்க. டாக்டரது தொடர்பு இருந்தால், நிச்சயமாக கறுப்பையருக்குத் தெரிந்திருக்கும். எனக்கென்றால் இந்தாளும் ஏதோ மறைப்பதாகத் தெரிகிறது. கம்பனி, கற்பகத்தின் புருசனுக்குக் காசு கொடுத்தது.

அதைக் கொண்டுவந்து கொடுத்ததே கறுப்பையாதான். புருசனுக்குக் கொடுத்துவிட்டு இனிமேல் இதைப்பற்றிப் பேசக் கூடாதென்றும் சொல்லிக் கொடுத்தார்."

"ஆமா... அந்தக் கிணற்றடியில் மோட்டார் அறை முன்பாக ஒரு சோடி செருப்புகள் இருந்தன. காலையில் பார்த்தேன். அப்போது எந்தப் பெண்களும் பண்ணையில் இல்லை."

"சார் நீ கில்லாடி. டாபாச்சிருவே. அந்த செருப்புகள் கற்பகத்தோடது. கற்பகம் இறந்த அன்னிக்கு இரவு அதே இடத்தில் இருந்தது. இப்போது அந்தப் பொண்ணின் நினைவாக அந்தச் செருப்பு இருந்த இடத்திலே வைக்கப்பட்டிருக்கிறது. கறுப்பையர் அதை வீச முயன்றபோது மற்ற பொண்ணுகள், அதை நினைவுக்கு எனக் கண்டிப்பாக வைத்தார்கள்."

"அப்படியா? நான் வேறு யாரோ ஒரு பெண்ணின் செருப்பென நினைத்தேன். ஆனால் கற்பகத்தினது என நினைக்க வில்லை" என்று வாய் சொன்னபோதும், எனது மனத்தில், தெளிவிற்குப் பதிலாகக் குழப்பம் கூடியது.

"சார், நாளைக்குப் பார்ப்போம்" என வேப்பமரத்தடியில் என்னை இறக்கிவிட்டான் ராமசாமி.

3

காயம்

அது காலை நேரம். எட்டுமணி இருக்கும். இன்னமும் பண்ணையில் வேலை செய்பவர்கள் வரவில்லை. சூரியன் வேப்பமரத்தின் கிளைகளுக்குள் தன் கைகளால் துளைத்து நிலத்தில் விளக்கேற்றினான். சில கொக்குகள், இன்னமும் தாம் கடந்துவந்த தூரத்தையும் காலநிலைகளையும் நினைத்தபடி உச்சிக் கிளைகளில் பெருமூச்செறிந்தன. நிலத்தில் கொட்டியிருந்த மஞ்சள் இலைகளை கிருஷ்ணன் துடைப்பத்தால் ஒதுக்கியபடியிருந்தான். அவனை இலட்சியம் செய்யாது இலைகள் கொட்டியபடியிருந்தன. அவன் ஓய்வாக இருப்பது மேஸ்திரிக்குப் பிடிக்காது. தொடர்ச்சியாக ஏதாவது சொல்லியபடியிருப்பார். மற்றவர்களுக்கு ஒன்பது மணிக்கு வேலை தொடங்கினால், கிருஷ்ணனுக்கு ஒருமணிநேரம் முன்பாகவே தொடங்கிவிடும். அந்த வீட்டில் அவன் தங்குவதால் கூட்டுவது, கழுவுவது என வேலைகளை வாங்குவார். இல்லையேல், தண்ணீர் எடுத்துவா என ஏதாவது செய்யச் சொல்லியபடியிருப்பார். சிரித்தபடி அவன் பதில் வார்த்தை சொல்வான். ஏற்கெனவே இருவரும் ஊரில் அறிமுகமானவர்கள். மறுத்துச் சொன்னாலோ செய்ய தாமதித்தாலோ, "டேய் நேற்றுப் பிறந்த பயலே...நீ உடுப்பு போடாமல் திரிந்த காலம் தெரியும்" என்பார். துரைநாயக்கர் இடையில் ஏதாவது சொல்லுவார். அவர்களது விளையாட்டான பேச்சுக்கள் அதிகாலையில் என்னைத் துயிலெழுப்பும்.

தாழ்வாக இருந்த வேப்பங்கிளைகள் ஏற்கெனவே ஒடிக்கப்பட்டுவிட்டன. சிறிது எட்டாத உயரத்திலிருந்த கிளையைத் தடியொன்றின் உதவியுடன் எட்டி வளைத்து இலையுடன் ஒடித்தார் கறுப்பையா. அப்போது அவரது வேட்டி உயர்ந்து, சிவப்பு உள்ளங்கி தெரிந்தது. "கேட்டால் நான் உடைத்துத் தருவேன்" என்ற கிருஷ்ணனது வார்த்தையை, தோள்களை அசைத்து, இடது தோளில் கிடந்த துண்டை வலதுதோளுக்கு மாற்றி, அமைதி யாகப் புறந்தள்ளினார். பல்லுக்குள் வேப்பந்தடியை வைத்துக் கடித்தவாறு, உடலை அடிமரத்தில் சாய்த்து ஒற்றைக்காலைத் தூக்கி வில்லாக மரத்தில் வைத்துத் தபசியாக நின்றார் மேஸ்திரி.

ஒவ்வொரு நாளும் அஸ்திரத்திற்குத் தவம்செய்யும் அருச்சுனனாகக் குறைந்தபட்சம் ஐந்துநிமிடமாவது அவ்வாறு காட்சியளிப்பார். அதன் பின்பாகக் கன்னத்தில் சிக்கிய எலும்பை வெளியெடுப்பதுபோல் பண்ணையெங்கும் எதிரொலிக்கக் காறித் துப்பியபடிக் கிணற்றடிக்குச் சென்றார். கிணற்றடியில் வாயைக் காறியபடித் தொண்டையில் சிக்கிவிட்டதை இரண்டு விரல்களால் சிறிது நேரம் துழாவி எடுப்பதுபோல் பாவனை பண்ணிவிட்டு, அதன் பின்பு ஒரு வாளி கிணற்றுத் தண்ணீரால் வாயைக் கழுவிவிட்டு அடுப்படிக்குச் சென்றார். எந்த உணவிருந்தாலும், பழைய சோற்றை எடுத்துச் சில சின்ன வெங்காயங்களையும் பச்சை மிளகாயையும் கடித்தபடிக் கண்ணீர் மல்க வேகமாக உணவருந்துவார்.

உணவருந்தும்போது பக்கத்தில் அவரது கலயத்தைப் பறித்துண்ணப் பலர் காத்திருப்பது போன்ற எண்ணமோ? மிகவும் வேகமாக உணவருந்துவார்.

பல் துலக்கி முகம் கழுவ, விரிவான நித்தியச் சடங்குபோல் நேரமெடுத்து ஆறுதலாகச் செயல்படும் இந்த மனிதர், ஏன் உணவை மட்டும் பல நாள் பட்டினியாக இருந்த ராஜபாளையமாக விழுங்க வேண்டும்?

ஒரு நாள் இதைப் பற்றி துரைநாயக்கரிடம் கேட்டபோது சின்ன வயதிலே இப்படித்தான். பாடசாலையிலும் வேகமாகச் சாப்பிடுவான். அந்தப் பழக்கம் அவனை விட்டுப் போகாது எனச் சொன்னார்.

நான் வேலைக்கு வந்த பின்பு வேப்பமரத்தின் கீழ் காலை எட்டுமணிக்கும் ஒன்பதுமணிக்குமிடையில் எங்களது ஆலோசனைக் கூட்டம் நடக்கும். பண்ணை விவசாயம், தொழிலாளர் விடயங்கள் பற்றியும் அந்த நேரத்திலே பேசப்படும். நானும் மேஸ்திரியும் பேசுவோம். சிலவேளைகளில் துரைநாயக்கர்

கலந்துகொள்வார். இன்று காலை உணவும் தேநீரும் தயாரிப்பதில் மும்முரமாக இருந்தார். நான் நிற்கும் நாளில் மட்டுமே காலை உணவு தயாரிப்பார்கள். மற்றபடி இரவு மிகுதியாகிய சோறு மட்டுமே காலை உணவாகும். இன்று நாயக்கரது சர்க்கரைப் பொங்கலின் மணம் முற்றத்தில் வந்து மூக்கைத் துளைத்தது.

ஏற்கெனவே திட்டமிட்டபடி மாட்டுப்பண்ணையைச் சுற்றி உள்ள நிலத்தைக் கொத்திப் பண்படுத்துவதற்காக மாணிக்கத்தை அனுப்பும்படி கறுப்பையா மேஸ்திரியிடம் சிலநாட்கள் முன்பாகக் கேட்டேன். "ஆகட்டும் சார்" எனத் தலையை ஆட்டியிருந்தார். நேற்று வேலை தொடங்குவதற்குத் தயாரானபோது "கொஞ்சம் பொறுத்துக்கங்க, கடலை அறுவடை முடியட்டும்" என மறுத்துவிட்டார்.

வேலைக்குச் சேர்ந்த முதல்நாளிலிருந்து எமக்கிடையே எழுதப்படாத ஒரு சமாதான உடன்படிக்கையின்படி வாழ்ந்தோம். மாட்டுப் பண்ணை விடயத்தில் அவர் தலையீடு இராது. கடலை விவசாயத்தில் நான் தலையிடுவதில்லை என்பதாக இருந்த எமது ஒப்பந்தத்தில் இப்போது ஓட்டை விழுந்தது.

மீண்டும் தனது குணத்தைக் காட்டத் தொடங்கிவிட்டாரா? இதற்கு என்ன நியாயம் சொல்லப்போகிறார்?

மரத்தின் எதிரில் இருந்த வீட்டுத் திண்ணையில் அமர்ந்து கொண்டு சர்க்கரைப் பொங்கலை உண்டபடி, "ஒரு கிழமை மட்டும் மாணிக்கத்தை என்னுடன் விடுவதற்கு உங்களுக்கு என்ன பிரச்சினை?" கொஞ்சம் கோபத்தைக் குரலில் சூடாகக் கலந்தபடிக் கேட்டேன்.

"பிரச்சினை ஒண்ணுமில்லை. மற்ற வேலைகள் லேட்டாயிடும்னு யோசிக்கிறேன்."

அதுவரை பல் துலக்கிய வேப்பங்குச்சியின் பகுதியைக் கையால் முறித்து எறிந்துவிட்டு, புதிய நுனியை வாயால் கடித்து நுனியைத் தூரிகையாக்கியபடித் தொடர்ந்து துலக்கினார்.

"அதெப்படி? மற்றவர்களும் வேலை செய்கிறார்கள்தானே?"

இந்தாள் கதை விடுகிறார், ஆனால் என்ன பதில் வருகிறது எனப் பார்ப்போம்.

"மாணிக்கம் நல்ல வேலைக்காரன். கடலை அறுவடையாகி விட்டால் பிரச்சினையில்லை. அவனை இப்ப உங்களுக்குத் தந்தால் கிருஷ்ணன் பொம்பளங்களோட பேசியே காலம் கழிப்பான். வீரராகவன் ஒரு கூட்ஸ் வண்டி என்பதால்

அங்கு வேலை நடக்காது" எனக் கூறியபடித் தனது முதுகை முற்றத்து வேப்பமரத்தில் பலமுறை தேய்த்தார். அவரது கண்கள், சிரித்தபடியே கேட்டுக்கொண்டு சருகுகளை ஒதுக்கும் கிருஷ்ணனைப் பார்த்தபடி இருந்தன.

கடலை விளையும் நிலத்தில் மாணிக்கம் வேலை செய்வதால் அவனை என்னிடம் தர அவருக்கு விருப்பமில்லை.

"இந்தப் பண்ணைக்கு மிருக வைத்தியராக மட்டுமல்ல மனேஜராகவும் இருக்கச் சொல்லித்தான் என்னை நியமித்தார்கள்" என்றேன் முகத்தில் கடுமையை வரவழைத்தபடி.

மனேஜராக முழுப்பண்ணைக்கும் நானே பொறுப்பு என்பதனை அவருக்கு நினைவுபடுத்தியபோது மெதுவாக என் முன்னால் வந்து, "சார், மாணிக்கம் நல்ல விவசாய வேலை தெரிஞ்சவன். சுறுசுறுப்பான வேலைக்காரன். கடலை பயிரிடுதலுக்கு அவன் தேவை. அவன மட்டும் கொஞ்சநாள் விடுங்க" என வேண்டுதலாகக் கேட்டபோது என்னால் எதுவும் பேசமுடியவில்லை.

மாடு புல்லைத் தின்பதால் கடைகளில் வாங்கும் மாட்டின் உணவுகள் மிச்சமாகும். அதனால் பணத்தைச் சேமிக்க முடியும். அந்தச் சேமிப்பின் பண மதிப்பை அவரால் கணிக்க முடிய வில்லை. அந்தப் புல்லைப் பயிரிடும் வேலை, கறுப்பையா மேஸ்திரியைப் பொறுத்தவரையில் தேவையில்லாத வேலை. நான் அந்தப் பொருளாதாரத்தை எடுத்துப் பேசினாலும் அவருக்குப் புரியவைக்க முடியாது. அது எனது அதிகாரத்தைப் பிரயோகித்ததுபோல் இருக்கும். கொஞ்சம் விட்டுப்பிடிப்போம்.

அவரே இறுதியில் "வீரராகவன வச்சி வேலைய பார்த்துக்கோங்க" என்றார்.

அவரே சமாதான ஒப்பந்தத்தைக் கேட்டு வேண்டிக் கொண்டதாகத் தெரிந்தது.

வீரராகவனுக்கு முப்பத்தைந்து வயதிருக்கும். நடுத்தர உயரம். காக்கி அரைக் காற்சட்டையும் கையில்லாத பனியனும் அணிந்திருப்பதுடன் எப்போதும் சிரித்தபடியிருப்பவன். ஆத்திரப்பட்டுப் பேசும்போதுகூட உதடுகள் சிரித்தபடியிருக்கும். கால்களைக் கொஞ்சம் வளைத்தபடி நடப்பான். மாணிக்கம், கிருஷ்ணனோடு ஒப்பிடும்போது வேலையில் துரிதம் குறைவு. அதிக காலமாகப் பண்ணையில் வேலைசெய்வது காரணமா? பதினைந்து வயதிலிருந்தே பண்ணையில் வேலை செய்வதுடன், பண்ணையில் வேலைசெய்யும் ராணியின் மூத்த சகோதரன்.

மற்றவர்கள் வீரராகவனை விட இளமையானதால் 'அண்ணே' என்றே கூறுவர்.

○

தமிழ்நாட்டு விவசாய நிறுவனத்திடமிருந்து பெற்ற புல் விதைகளை விதைத்துவிட்டோம். புது நிலம் அமோக விளைச்சல். பண்ணைக் கழிவுகளைத் தொடர்ந்து சேமித்து உரமாகப் பாவிப்பதற்குத் தொட்டி வேண்டும்.

பண்ணையிலிருந்து கழிவுநீர் சேகரிப்பதற்கு ஆழமான தொட்டியைக் கட்டுவதற்குக் கல்லும் சீமெந்தும் தேவையாக இருந்தன. அதை நீலமேகக் கோனார் தருவார் எனக் கறுப்பையா கூறினார்.

நான் அதற்கு ஒத்துக்கொண்டேன்.

வீரராகவன் வந்து, "சார் அவங்க இரண்டுபேரும் கமிசன்காரங்க. ஒன்னா சேர்ந்து கமிசன் அடிக்கப் பார்க்கிறாங்க" என்றான்.

"அப்படியா?" என்று தலையை ஆட்டினேன்.

கறுப்பையா மேஸ்திரி கரடுமுரடாகப் பேசும் மனிதனாக இருந்தாலும் பண்ணையில் அக்கறையுடையவர் என்பதால் வீரராகவனின் பேச்சை நான் எடுத்துக்கொள்ளவில்லை. மேலும் இப்படி நடக்குமென்ற ஊகத்தை வைத்து என்ன செய்ய முடியும்?

அது ஒரு கோடை வெய்யில் நாள். அனல் பண்ணையெங்கும் உருகி வெள்ளமாக ஓடியது. காற்று சூடாகி நெருப்பிற்கு அருகில் நிற்பதுபோல் முகத்தில் தொடர்ச்சியாக அறைந்தபடி இருந்தது. தொழுவத்திலுள்ள மாடுகள், மேல்நாட்டு ஜெர்சி மாடுகள். அதனால் மாடுகளை இருமுறை பால் கறப்பதற்கு முன்பாக மட்டுமல்ல, மதியத்திலும் ஒருமுறை தண்ணீரால் கழுவும்படிக் கூறியிருந்தேன்.

பையன்கள் மாட்டுத்தொழுவத்தில் மாடுகளைக் கழுவுவதைப் பார்த்துக்கொண்டு நின்றிருந்தேன். மாட்டுத் தொழுவம் நீர்த்திவலைகள் நிறைந்து பாலைவனச்சோலைக்கு நிகராக இருந்தது. வளர்ந்த புற்களை வெட்டியபடி நின்றான் வீரராகவன்.

தற்போது கால்பங்கு உணவின் தேவை குறைந்துவிட்டது.

"சார், கறுப்பையா சார்கூட சாப்பாட்டுப் பணம் மீதமாகி விட்டது என்றார் சார்."

"அப்படியா? இப்போதாவது ஒப்புக்கொள்கிறாரே!"

மாணிக்கம், வரம்பு வழியே ஓடிவந்து ராணிக்குக் காலில் களைகொத்தி ஏறிவிட்டது என்றபோது நானும் வீரராகவனும் கடலைப் பயிர்கள் வளர்ந்திருந்த இடத்தை நோக்கி ஓடினோம்.

கிணற்றுக்கு அப்பாலுள்ள கடலைத் தோட்டத்தில் பெண்கள் குவிந்திருந்தார்கள். உள்ளே எட்டிப் பார்த்தபோது வரப்பில் காலை நீட்டி இருந்தபடியே ராணி தனது வலது தொடையிலிருந்து வந்த இரத்தத்தைச் சேலையின் தரைப்பகுதியால் அழுத்தியபடிக் கண்ணீர் வடித்தாள். அந்த நீல நைலக்ஸ் சீலை இரத்தத்தை உறிஞ்சவில்லை. நடுத்தொடையில் இருந்து வடிந்த குருதி நிலத்திலும் சிந்தியிருந்தது.

“என்ன நடந்தது?” என விசாரித்தேன்.

“ராணியக்கா தடுமாறி விழுந்தபோது கையிலிருந்த களைக்கொத்தி காலில் குத்திவிட்டது சார்” என்ற அன்பரசியின் கையில் அந்த இரத்தம் தோய்ந்த களைக்கொத்தி இருந்தது. அதன் கூரிய பகுதியில் இரத்தம் படிந்திருந்தது. குறைந்தது ஓர் அங்குலமாவது தொடையின் உள்ளே போயிருக்கும். ஆழமான காயம். அன்ரிபயரிக் ஊசி போடவேண்டி வரும். ஒரு கிழமை யாவது மருந்து கட்ட வேண்டும் என்று காயத்தைப் பார்க்காமலே கணித்தேன்.

வீரராகவனிடம் ராணியை எனது அறைக்கு அழைத்து வரச்சொல்லிவிட்டு என்னுடைய அறையில் மருந்துப் பெட்டியில் இருந்தவற்றை எடுத்துக்கொண்டு தயாராகியபடி, அன்பரசியைத் தண்ணீர் கொண்டுவரச் சொன்னேன். ராணியைக் கட்டிலில் அமர்ந்து சுவரில் சாய்ந்தபடிக் காலைக் கட்டிலின் வெளியே நீட்டியபடி இருக்கும்படிச் சொன்னேன்.

அன்பரசி தண்ணீர் கொண்டுவந்ததும், தனது சீலையால் காயத்தை அழுத்தியபடிக் கண்ணீர்விட்ட ராணியைப் பார்க்கச் சகிக்காமல் வீரராகவன் வெளியே சென்றுவிட்டான். அன்பரசியும் நானும் மட்டுமே ராணியுடன் அறையில் தனித்து விடப்பட்டோம்

ராணியின் காலை உயர்த்தியபோது அவளது சீலை காயத்தை விட்டுவிலகியதும், இரத்தம் கசிந்தது. தண்ணீர்ப் பாத்திரத்தைக் காலுக்குக் கீழ், நிலத்தில் வைத்துவிட்டுக் காயத்தைக் கழுவும்படி அன்பரசியிடம் கூறினேன். அன்பரசி பலமுறை கழுவிவிட்டு என் முகத்தைப் பார்த்தபோது, நான் அயடீன் தோய்த்த பஞ்சைக் காலில் வைத்துப் பிடித்தேன் ராணி அலறினாள். “கொஞ்சம் பொறு ராணி. பண்டேஜால் இறுக்கிக் கட்டிவிட்டால் வலி தெரியாது” என்றேன்.

பல்லை இறுக்கிக் கடித்தபடிக் கண்ணீர்விட்டாள். அவளது ஒரு கை அன்பரசியினது கையை எட்டிப்பிடித்தது.

தாராளமாக பண்டேஜால் காயத்தைச் சுற்றிக் கட்டி விட்டபோது "நன்றி சார்" என்றாள். கொஞ்சம் சிரித்த ராணியின் கண்களிலிருந்து தாரையாகக் கண்ணீர் வழிந்தது.

"பரவாயில்லை" என்று சொல்லிவிட்டு வெளியே சென்று வீரராகவனிடம் "இது ஆழமான காயம். தையல் போட்டு அன்ரிபயரிக் கொடுக்க வேண்டும். அல்லாதபோது புரையாகிவிடும். உடனே தாம்பரம் வைத்தியசாலைக்குப் போ" என்று கூறினேன்.

"அண்ணே சித்த இரு. இந்தச் செருப்பை விட்டுவிட்டு வருகிறேன். இந்தச் செருப்புத்தான் என்றுமில்லாது என்னை இடறிக் களைக்கொத்தி மேல் விழ்த்தியது. செருப்பு கிணற்றருகே வார் அறுந்துபோனதால், சும்மா இருக்கிறதே என்று இதைப் போட்டுக் கொண்டு வரப்புவரை சென்று குனிந்து வரப்போரத்தில் கழற்றி வைக்கும் முன்பாகக் கால்தடம் புரண்டது. விழுந்துவிட்டேன். பாழாய்ப்போன செருப்பு" என்றாள் ராணி.

"அது சின்ன செருப்பு. கற்பகத்தின் கால்கள் சின்னதுதானே? அதான் நீ வழுக்கிவிட்டாய்" என்றான் வீரராகவன், தங்கையின் கையைப் பற்றி வெளியே அழைத்தபடி.

"அக்கா, நான் கிணற்றடிக்குப் போறேன். அங்கு செருப்பை வைக்கிறேன்" என்றாள் அன்பரசி.

அப்போதுதான் கவனித்தேன். அதுதான் முதல் நாள் நான் மோட்டார் அறையின் வாசலில் பார்த்த கற்பகத்தின் இரப்பர் செருப்பு. இப்போது அன்பரசியின் இடது கையிலிருந்தது. அவளது வலது கையில் காயத்தைக் கழுவத் தண்ணீர் கொண்டுவந்த பாத்திரம் இருந்தது.

❍

பண்ணையில் இரண்டுஇரவுகள் தங்கிவிட்டு மூன்றாவது இரவு வீடு செல்வது எனது பழக்கமாக இருந்து வந்தது. அன்று மாலை வேலை செய்தவர்கள் வீடு சென்றுவிட்டார்கள். ஆனால் சூரிய ஒளி தேவையான அளவு இருந்ததால் வேப்ப மரத்தின் கீழ் கதிரையைப் போட்டுக்கொண்டு புத்தகமொன்றைப் படிப்பதற்குத் தயாரானேன்.

வீரராகவன் தனக்கேயுரிய சிரிப்புடன் எதிரே வந்து கொண்டிருந்தான்.

பண்ணையில் மாலை ஆறு மணியளவில்தான் வேலை யாட்கள் வீடு செல்வார்கள். பொழுது ஆறரைமணியாகிவிட்டது.

ஏன் இவன் மட்டும் வீடு செல்லவில்லை?

"ஏன் வீடு செல்லவில்லை. வேலையெல்லாம் முடிந்து விட்டதே?" எனச் சொல்லிவிட்டு எனது இடது கையிலிருந்த கடிகாரத்தைப் பார்த்தேன்.

"வந்து ... சார் ..." என இரண்டு வார்த்தைகளும் ரப்பராக இழுக்கப்பட்டன.

ஏதோ சொல்லத் தயங்குகிறான் என நினைத்து "சொல்லு" என்றபடிப் புத்தகத்தைத் திண்ணையில் வைத்துவிட்டு நிமிர்ந்து உட்கார்ந்தேன்.

"வந்து சார், டாக்டர் ஒவ்வொரு நாளும் ராணிக்கு மருந்து கட்ட வேண்டுமெனச் சொன்னார். இன்னைக்குப் போக முடியாது செலவும் ஜாஸ்தி சார்."

"அரச ஆஸ்பிட்டல்தானே?"

"மருந்து கட்டுற கம்பவுண்டர் பயல்களுக்குப் பணம் கொடுக்கணும். அவன் சும்மா எதுவும் செய்யமாட்டான்."

"ஏதாவது பணம் தேவையா?" என்று உள்ளே எழுந்து செல்ல முயன்றபோது,

"இல்ல சார் ... அன்னைக்கு நீங்கள் கட்டியது நல்லா இருந்ததென்று டாக்டரே சொன்னார். நீங்கள் வந்து கட்ட முடியுமா?"

"பொம்பிளைப் பிள்ளை. ஆழமான காயம். குணமடைய வேண்டும். அத்துடன் வடு தெரியக்கூடாது. எனக்குத் தெரிந்தது மிருக வைத்தியம்தானே?" எனப் பின்னடித்தேன்.

"இல்ல சார் உங்கமேல நம்பிக்கையிருக்கு" என்று இழுத்த போது தயக்கத்துடன் சம்மதித்தேன். மனத்திற்குள் மேஸ்திரியாரது முகம் வந்துபோனது. இதை வைத்து ஏதாவது பிரச்சினையை முடிந்துவிடக்கூடிய மனிதன்தானே.

ஐம்பதுவயதான பழைய மிருக வைத்தியர் தலை குனிந்தபடிப் பண்ணையிலிருந்து நடந்து பொட்டல் வெளியைத்தாண்டி பஸ்ஸை நோக்கி வெளியேறிச்செல்வது மனக்கண்ணில் வந்துபோனது. அந்த மனிதரைச் சந்திக்கவில்லை. ஆனாலும் என் மனத்தில் அவரது உருவம் தெளிவாகச் செதுக்கப்பட்டிருந்தது. அந்த மனிதர் இந்தியர்தான். ஆனால் நான் இந்த நாட்டில்

அடைக்கலம் தேடிவந்தவன். இப்படி ஏதாவது சிக்கலில் மாட்டினால் நம் கதி அதோ கதியாகும். கிராமங்களில் தலையை மொட்டை அடித்துப் புள்ளி குத்திக் கழுதையில் வலம்வரும் திரைப்படக்காட்சி மனத்தில் வந்துபோனது. மனைவி, பிள்ளைகள் எல்லாம் மனத்தில் ஊர்வலமானார்கள்.

"நீங்க போய்வாங்க சார்" என்றார் துரைநாயக்கர். அவரது வார்த்தைகள் பயத்தால் காய்ந்து மடிந்து நிலத்தில் விழுந்துகிடந்த பயிருக்குப் புனலாகியது.

ஒருவருக்கு என்னால் உதவி செய்ய முடிந்தால் மற்றவர்களுக்காக ஏன் தயங்க வேண்டும் என்று மனத்தில் ஓர் ஓர்மம் உருவாகியது. மேலும் மேஸ்திரி சித்திரை வருடப்பிறப்பிற்காக ஊர் போயிருந்தார்.

எனது உணவை முடித்துவிட்டுப் போகும்படி துரைநாயக்கர் கூறினார். வீரராகவன் சாப்பிடாமல், நான் சாப்பிடுவது குற்ற உணர்வாக இருந்தது. அப்போது இரண்டு தட்டில் சோற்றைப் போட்டார் துரைநாயக்கர்.

"எனக்கு வேணாம்" என மறுத்தான் வீரராகவன்.

"சாப்பாடு இருக்கு" என்றார் மீண்டும் துரைநாயக்கர்.

உணவின் பின்பு பேசிக்கொண்டிருந்துவிட்டு வெளியேற எட்டுமணியாகிவிட்டது. பண்ணையில் இருந்த டார்ச் லைட்டைக் கையில் எடுத்துத் தந்துவிட்டு, "டாக்டரைப் பார்த்துக் கூட்டிப்போ" என்றார் துரைநாயக்கர்.

அன்று எனது தந்தையை நினைவுக்குக் கொண்டுவந்தார் அவர்.

பண்ணைக்கு அடுத்த ஊர் என்றபோதிலும் குளத்தின் மறுகரையில் உள்ளது அயனாவரம். அந்தக் கிராமம் முழுவதும் குளத்தின் கரையில் கிட்டத்தட்ட நாற்பது குடிசைகள் எதிரும் புதிருமாக இருந்தன.

இந்தக் கிராமம் முழுவதும் தலித் மக்கள் வாழ்கிறார்கள். இதற்கு எதிரிலுள்ள கிராமம் பால் கறக்கும் இராமசாமி வாழும் பண்டூர். அங்கு கோனார் குடும்பங்கள் வாழ்கின்றன; பல ஓட்டு வீடுகள் உள்ளன. அத்துடன் பண்டூரில் தலித் மக்களும் குடிசையில் வாழ்கிறார்கள். எப்படி இந்த அயனாபுரத்தில் முற்று முழுதாகத் தலித் மக்கள் வாழ முடியும் என்ற கேள்வி என் மனத்தில் விடை தேடியது. சாதி விடயங்களைக் கேட்பதாக வீரராகவன் நினைத்துவிடலாம் என்பதால் கேட்கவில்லை. ஆரம்பத்தில் பண்டூரில் வசித்தவர்கள் குடும்பம் பெருகிக் கால ஓட்டத்தில்

நோயல் நடேசன்

எதிரில் உள்ள குளத்தைச் சுற்றிய வெறுமையான பகுதியில் குடிசைகள் கட்டி வாழ்கிறார்களோ எனப் பதில் ஒன்றை எனக்குள் விடையாக நிரப்பிக்கொண்டேன்.

இரவு எட்டுமணியென்பதால் இருள் எங்கும் கவிந்திருந்தது. பண்ணையிலிருந்து கொண்டுவந்த டோர்ச் வெளிச்சத்தின் உதவியுடன் வீரராகவனைத் தொடர்ந்தேன். குளத்தைச் சுற்றித்தான் செல்ல வேண்டும். குளம் அரைவாசி நிரம்பியிருந்தது.

அந்த இரவில் நட்சத்திரங்களின் ஒளியில் கண்கள் சிறிது தெரிந்தபோது சாம்பல் வர்ணத்தில் குடிசைகள் காட்சி யளித்தன. குடிசைகளுக்குள் இருந்து முன்பகுதியால் வெளிச்சம் கசிந்தது. மின்சாரமயமாக்கத்தின் விளைவாக ஒரு மின்விளக்கு கொடுத்திருந்த காலமது. குளத்தின் அணைக்குக் கீழே வரிசையாகப் போரில் களைத்த யானைகள் இளைப்பாறுவது போன்ற தோற்றத்தைப் பனையோலையால் வேயப்பட்ட அந்தக் குடிசைகள் தந்தன.

"பார்த்து வாங்க சார். சில இடங்களில் ஏதாவது தரையில் காயப்போட்டிருப்பார்கள்" என எச்சரித்தபடியே லைட்டைப் பிடித்துப் பாதையைக் காட்டியபடி வந்தான் வீரராகவன்.

ராணியின் குடிசை அணைக்குப் பக்கத்தில் இறுதியிலிருந்தது. எதிரில் வீரராகவனது குடிசை. நான் சென்றபோது வீரராகவனின் மனைவி பார்வதி என்னை வரவேற்றார். ஏற்கெனவே ராணியின் இடத்திற்கு வேலைக்கு வருவதால் அறிமுகமான முகம்.

குடிசையின் வாசலிலுள்ள மண் திண்ணையில் எதிரெதிராக அமர்ந்திருந்த ராணியின் அம்மாவும் ராணியும் என்னைக் கண்டதும் "வாங்க சார்" என்றபடி எழுந்தனர். அம்மா ராணியின் பழைய பதிப்பாக இருந்தார்.

"எப்படி ராணி? காயம் பரவாயில்லையா?"

"நீங்கதான் பாருங்க சார்" என்றாள். அவளது கருமையான முகத்தில் சிரிப்பு இருளிலும் மின்னலாகத் தெரிந்தது.

"அம்மா கொஞ்சம் சுட்டாறிய தண்ணீர் கொண்டுவாருங்கள்" என்று கூறிவிட்டு, அவர் இருந்த திண்ணையில் அமர்ந்தேன்.

"சார் இந்த நாற்காலியில் குந்துங்கள்." வீரராகவன் ஒரு ஆசனத்தைக் கொண்டுவந்து கொடுத்துவிட்டு, "சார் எங்கள் வீட்டுக்கு நீங்க வந்ததற்குச் சந்தோசம் சார்" என்றான்.

ஒரே அறை கொண்ட வீடு. வீட்டின் உள்ளறையில் அலுமினியப் பாத்திரத்தில் தண்ணீர் கொண்டுபோய் வைத்தார்.

பண்ணையில் ஒரு மிருகம்

அங்கு ஒரு கயிற்றுக் கட்டில் இருந்தது. மேல் கூரையில் மின்சார விளக்கு எரிந்தது. மண் தரை அழகாக மெழுகப்பட்டிருந்தது. சில மூடைகள் ஒரு மூலையிலும், மற்றைய மூலையில் மரத்தாலான இரண்டு பெட்டிகள். அத்துடன் சிறிய மேசையிருந்தது. மிகவும் குறைவான பொருட்கள். ஆனால் பொருட்களால் நிரம்பியது போலத் தெரிந்தது.

மின்விளக்கின் கீழ் உள்ள மரக் கட்டிலில் ராணி இருந்தபோது அவளது தாயார் தண்ணீரை வைத்துவிட்டு, கால்கட்டை நான் அவிழ்க்கும்வரை நின்றார். அவரைப் பார்த்து "காயம் பாதிக்குமேல் குணமாகிவிட்டது" என்றவுடன் வெளியே சென்றுவிட்டார்.

படுத்தவாறு காலை உயர்த்தியபடி ஒரு கையால் தனது சேலையை முழங்காலுக்கு மேல் அழுத்திப் பிடித்தபடி மறுகையால் கண்ணைப் பொத்தியபடி இருந்தாள். நல்ல சிவப்பான அயறு பற்றியிருந்ததால் அதைத் தொடாது அல்ஹஹோல் பஞ்சால் காயத்தின் விளிம்புகளைச் சுத்தம் செய்தேன்.

எனக்கு ஏற்கெனவே மேஸ்திரி சொன்ன வசனங்கள் மனத்தில் வந்தன. மேஸ்திரி சொன்ன வார்த்தைகளும் பழைய வைத்தியரின் செயல்களும் எனது முதுகில் வைத்துக் கட்டிய செங்கட்டியாகி, கீழே போடமுடியாத சுமையாக மாறியிருந்தது.

கண்ணியமான நினைவுடன் செய்கிறேன் என்று மனத்திற்குள் என்னையறியாது சொல்லிக்கொண்டேன். நல்லவேளை யாக மேஸ்திரி சொந்த ஊர் சென்றிருந்தார் என்ற நினைவும் வந்துபோனது. புண்ணின் பெரும் பகுதி குணமடையத் தொடங்கிவிட்டதால் அதிகம் துடைக்கத் தேவையில்லை. கையில் எடுத்துச்சென்ற பண்டேஜால் கட்டிவிட்டு ராணியிடம் "முடிந்துவிட்டது" என்றதும் காலை மடித்து எழுந்து பாதி மூடிய கண்களுடன் வெண்முத்தாகப் பற்களை வெளிக்காட்டி, "தாங்ஸ் சாரு" என்றபடிக் கட்டிலை விட்டெழுந்தாள்.

அன்று பண்டேஜ் கட்டியது என்னைப் பொறுத்தவரை மிகவும் சிறிய விடயமாக இருந்தபோதிலும், வீரராகவனும் அந்த அம்மாவும் கண்ணீர் ததும்ப நன்றி சொன்னார்கள். ராணி நெளிந்தபடிச் சிரித்தாள். வீரராகவன் டோர்ச் லைட்டுடன் மீண்டும் பண்ணைவரை கொண்டுவந்துவிட்டான்.

"நல்லவேளை மேஸ்திரி ஊருக்குப் போய்விட்டார்" என்றான் கிருஷ்ணன்.

"ஏன் அவர் இருந்தால் என்ன?" என்றேன்.

என் மனத்தில் நினைத்தது வெளியே தெரிகிறதோ?

“சார் அந்தாளை நம்ப ஏலாது. மனேஜரிட்ட போட்டுக்கொடுப்பார் சார்.”

நானும் துரைநாயக்கரிடம் இதைப்பற்றிச் சொல்ல வேண்டாமென்றேன். இப்படியான சின்ன விடயங்களை மறைப்பது ஏன் என்று நினைத்தாலும் மற்றவர்களின் நலம் தங்கியிருக்கிறதே!

தொடர்ந்து மூன்று நாட்கள் சென்று மருந்து கட்டினேன்.

இறுதி நாள் பண்டேஜ் கட்டிவிட்டு. “இனித் தேவையில்லை, குணமாகிவிட்டது நீயே பார்” என்றபோது அதுவரையும் தனது கண்ணை மூடியிருந்த ராணி, “ஆமா சார், அப்ப வேலைக்கு வரலாம்” என்றாள்.

முதல் நாள் இருந்த அரைக்கண் மூடிய புன்முறுவல் அவளை விட்டுப் போய்விட்டது. நேரடியான பார்வையுடன் நிமிர்ந்து நின்று “சார் உங்களுக்குக் கருவாட்டுக் குழம்பு பிடிக்குமா? உங்களுக்காக அம்மா வைத்தது. எடுத்துக்கிட்டுப் போங்க” என்று சொன்னபோதே கருவாட்டுக் குழம்பின் வாசனை வயிற்றில் பாகாசுரனை எழுப்பிவிட்டிருந்தது. திரும்பியபோது, எனக்குப் பின்னால் மூடிய மண் சட்டியைக் கையில் மார்பருகே தாங்கியபடி நின்றார் அம்மா.

“அத்தைக் குடு. நான் கொண்டுவந்து தரேன்” என்றபடிக் கையில் வீரராகவன் வாங்கிக்கொண்டான்.

பண்ணையை நோக்கி மீண்டும் நடந்தபடி, “இது என்ன கருவாடு?” எனக் கேட்டேன்.

“அயிரை மீன் சார். நல்லா இருக்கும். குளம் வற்றிப் போகுமுன்பு யாராவது குத்தகைக்கு எடுத்து மீன் பிடிப்பார்கள். அவர்களிடம் வாங்கிக் கருவாடு போட்டுவைக்கிறது. கருவாடுதான் விசேசமாகக் கறி வைப்போம். ஏற்கெனவே உங்களுக்கு ஒரு கறி வைக்க நினைத்தபோது அம்மா தயங்கிச்சு. நீங்கள் எங்க வீட்டுச் சாப்பாடு தின்பீங்களோ என்னவோ? ஆனா ராணிதான் அதெல்லாம் தின்பார் என உறுதியாகச் சொல்லியது.”

“ருசியாக இருந்தால் எங்கும் சாப்பிடுவேன்” என்றேன்.

வீரராகவன் சொன்ன அர்த்தம் புரிந்தபோதும் அதைப் பேசி வளர்க்க விரும்பாது கடந்துசென்றேன்.

அன்று துரைநாயக்கருடனும் கிருஷ்ணனுடனும் உண்டேன்.

“நல்லவேளை சார், அந்த கறுப்பையா ஊரில் இல்லை. நீங்கள் அயனாவரம் போய் மருந்து கட்டுறது , அங்கிருந்து உணவு

கொண்டுவந்ததெல்லாம் அவருக்குப் பிடிக்காது" கிருஷ்ணன் கருவாட்டை வாயில் கடித்தபடியே சொன்னான்.

"ஏன்? அவர் சாதி பார்ப்பவரா?"

"சாதிய யார்தான் பார்க்காதவங்க? அதைவிட அவருக்குப் பண்ணையில் வேலை செய்பவர்களோடு சுமுகமாகப் பழகுவது பிடிக்காது. சும்மா கத்தியபடி இருப்பார் சார்" என்றான் கிருஷ்ணன்.

"நான் அவனோடு சிறு வயதிலிருந்து பழகியவன். பள்ளிக்கூடத்துக்கு ஒன்றாகவே சென்றோம். அவனுக்குப் பெண்களைப் பிடிக்காது" என்றார் ராமநாயக்கர்.

"பெண்களைப் பிடிக்காதென்றால், அப்ப அவர் கல்யாணம் கட்டவில்லையா? மகள் ஒன்றிருப்பதாகக் கூறியது எனக்கு ஞாபகமிருக்கு."

"கல்யாணம் கட்டிக்கொண்டான். ஆனால், அது பெரிய கதை. எப்படியென்றாலும் சிறு வயதிலிருந்து என் நண்பன். அவனை நான் குறையாகச் சொல்லக்கூடாது சார்" எனக் கூறியபடிப் பீடி, தீப்பெட்டி, டார்ச்லைட்டுடன் எழுந்து படியருகே கிடந்த செருப்புகளைக் காலில் போட்டபடிச் சவுக்கம் தோப்பை நோக்கி நடந்தார்.

4

மழை

எதிர்பார்த்தவாறு அந்த ஆண்டின் பருவகால மழை வந்தது. வழமையான மழையாக வரவில்லை. வருணபகவான் அட்டகாசமாகக் கீழிறங்கி இந்தப் புவிப்பரப்பைப் பிரளயத்தால் தன் வசமாக்க எண்ணியதுபோல் அந்த மழை இருந்தது. நான் வாழ்க்கையில் பார்த்திராதது. விவிலியத்தின் பிரளயத்தைக் கற்பனையில் நினைக்கவைத்தது. சூல் கொண்ட மேகங்களோடு வானம் கரும்குடையாக விரிந்திருந்தது. ஒரு நாளல்ல, மூன்று நாட்கள் முழுவதும் சூரிய சந்திரர்களை மட்டுமல்ல நட்சத்திரங்களையும் யாரோ கடத்திக்கொண்டு சென்றுவிட்டார்களோ என எண்ணத் தோன்றியது. இரவு பகல் வித்தியாசம் தெரியவில்லை. வானத்தைப் பிய்த்துக்கொண்டு அருவியாக ஊற்றியபடியிருந்தது. மின்னலும் இடியும் சேர்ந்து வானத்தைப் பிளந்து தீபாவளி கொண்டாடின. சாமானிய மக்கள் கொண்டாடும் தீபாவளியல்ல; அசுரர்கள், அரக்கர்கள் புவியில் வந்து ஆடிக்குதித்துக் கொண்டாடுவதுபோல் இருந்தது.

வேலை பார்ப்பவர்கள் எல்லோரும் பண்ணை வீட்டுத் திண்ணையில் அமர்ந்திருந்து மழையை வேடிக்கை பார்த்தார்கள். மழையின் ஆரம்பம் வறண்ட நிலத்தை நனைத்து ஈரமாக்கியபோது எழுந்த புழுதி கலந்த ஈரக்காற்று சுகந்தமாக இருந்தது. காய்ந்திருந்த புற்கள், சுற்றிநின்ற தென்னைகள், முற்றத்து வேப்பமரத்தின் இலைகளில் மழைப் புழுதியைக் கழுவிப் புதிய நிறமாக மாற்றும்போது

பார்ப்பதற்குப் புதிய ஓவியத்தைத் திரை நீக்கம் செய்ததுபோலத் தெரிந்தது. தொடர்ச்சியாக விடாது மழை பெய்தபோது ஆரம்பக் காதலின் கிளுகிளுப்புகள், விசித்திரங்கள் எல்லாம் மோகவெள்ளம் வடிந்து, காய்ந்து வறண்ட தாம்பத்தியமாகக் குறைந்துவிட்டது.

மழை விரைவில் குறையும். வானம் வெளுக்கும். ஏதாவது வேலை செய்ய முடியுமென மேஸ்திரி வேலைக்கு வந்தவர்களை வீட்டுக் காவலில் வைத்திருந்தார். நான் மட்டும் புத்தகத்தோடு சுதந்திரமாக உலாவினேன். மேஸ்திரியின் எதிர்பார்ப்புகளைப் பொய்யாக்கியபடி மூன்றுநாட்கள் வருணபகவானது கொண்டாட்டம் ஊரைக் கூட்டித் தொடர்ந்தது.

பக்கத்தூர்க் குளம் நிரம்பியதால் மூன்றாம் நாள் காலையில் எங்கள் பண்ணை வீட்டின் படிக்கட்டில் மழைநீர் அலையலையாக மோதியது. முதல்நாள் முற்றத்தில் நின்ற வேப்பமரம், காலையில் வெள்ளத்தின் நடுவே நின்றது. எமது பண்ணை வீடு தீவாகியிருந்தது.

மாட்டில் பால் கறப்பதைத் தவிர்த்துப் பண்ணையில் எந்த வேலையும் நடக்கவில்லை. முதல் இரண்டுநாட்களும் பெண்கள் வந்திருந்து திண்ணையைச் சூடாக்கி, ஊர்க் கதை கலந்து, உணவை உண்டுவிட்டுத் திரும்பிச்சென்றனர். எல்லோரும் அந்தச் சிறிய வீட்டுக்குள் இருப்பது சிறையை நினைவுபடுத்தியதால் மூன்றாவது நாள் அவர்களை மழை நின்ற பின்பு வரும்படிச் சொன்னேன். மேஸ்திரியின் முகம், அன்றைய அடிவானமாக மாறியதைப் புறக்கணித்துவிட்டுப் புத்தகத்தில் மூழ்கினேன்.

ஆனி மாத நடுப்பகுதியில் மழை தொடங்கியபோது கடலைப்பயிரை இன்னும் சில வாரங்களில் அறுவடை செய்து விட்டு, மீண்டும் ஒருமுறை விதைக்க நினைத்திருந்தார் மேஸ்திரி. கிணற்றுநீர் கீழ் இறங்கித் தரை தெரிந்தது. பருவ மழை வந்தால் புற்களுக்கு ஆவணிவரை நீர் இறைக்கத் தேவையில்லை. மழைக்காலத்தில் சீமை மாடுகள் அதிகம் பால் கொடுக்கும் என்ற எண்ணம் எனக்கிருந்தது. சித்திரை, வைகாசி மாதங்கள், மிகவும் வெப்பமான காலம் முடிவுக்கு வருவது எல்லோருக்கும் மகிழ்ச்சியே. ஆனால் நாங்கள் இவ்வளவு கனமழையை எதிர்பார்க்கவில்லை.

வானிலை அறிக்கை, கனத்த மழை என்றபடியால் மீனவர்கள் கடலுக்குப் போக வேண்டாம் என எச்சரிக்கை. ஆனால் விவசாயிகளுக்கு மழை இப்படி வருமென எந்த நிபுணரும் எச்சரிக்கவில்லை.

நம்மால் எதுவும் செய்யமுடியாதபோது, நடப்பதை வேடிக்கை பார்க்க எண்ணி, பெய்யும் மழையை வேடிக்கை பார்த்துக்கொண்டிருந்தபோது அந்தப் பண்ணை வீட்டுப்படியைச்

சுற்றி மீன்கள் வந்து நீச்சலடித்தன. ஒன்று இரண்டல்ல, ஏராளம் மீன்கள். பல நீந்தியபடிக் குளத்தின் எதிர்த்திசையில் வேகமாகவே அணிவகுத்தபடிப் புது உலகம் காணச் சென்றன. எனக்கு அது விசித்திரமாக இருந்தது.

"கெண்டை மீன்கள் அப்படித்தான்" என்றார் மேஸ்திரி.

மூன்றுநாட்கள் விடாது மழை பெய்தது. குளம் நிரம்பிய துடன் எமது பண்ணையும் குளமாகியது.

முற்றிய கடலைப் பயிர் மழை வெள்ளத்தில் நீர்த்தாவரமா கியது. மாட்டுத்தீவனமாக விதைத்த நீண்ட புற்கள் மட்டும் தலை நீட்டியபடித் தங்களை இனம் காட்டின. மாட்டுத் தொழுவம் உயரமான பகுதி; அங்கு எந்தப் பிரச்சினையும் இருக்கவில்லை. அவை சீமை மாடுகள் என்பதால் சந்தோசத்தில் சில லிட்டர் பாலை அதிகமாகச் சுரந்தன.

மூன்றாவது நாள் காலையில் எல்லோரையும் வீட்டுக்கு அனுப்பியபோதும் வீரராகவன் மட்டும் காலையில் பண்ணையில் இருந்தான். அவனது வழமையான சிரிப்பு மழையில் கரைந்து, வாடிய முகமிருந்தது. "குளத்திற்கு அடுத்த புறத்திலிருந்த எங்கள் கிராமம் குளத்தின் மடை உடைந்தால் அழிந்துவிடும்" என வீரராகவன் பலமுறை சொல்லியபடி இருந்தான். யாராலும் அவனுக்கு ஆறுதல் சொல்ல முடியவில்லை.

மதியத்தில் வீடு சென்ற வீரராகவன் மீண்டும் மாலை ஆறு மணிபோல் குடையுடன் வந்தான். அவனது முகம் விரிக்காத குடையாகச் சுருங்கியிருந்தது. கண்களில் கலக்கம் குடியிருந்தது. வந்தவன் குடையுடன் வாசலில் நின்றபடி "சார் இன்று இரவு அணைக்கட்டு உடையும்போல் இருக்கிறது. உடைந்தால் எங்கள் வீடுதான் முதலில் வெள்ளத்தில் போகும். நாங்கள் நாலு பேரும் வந்து இரவு இங்கு தங்கலாமா?" என்று கேட்டான்.

"அதற்கென்ன தங்கலாம்" என்றேன்.

அப்போது மேஸ்திரி "ஊர் ஆட்களெல்லாம் எங்கு தங்கப் போகிறார்கள்?" எங்கோ கிளம்புவதற்காக வாசலில் குடையுடன் ஆயத்தமாக நின்றபடிக் கேட்டார்.

"அவங்க எல்லாம் அடுத்த ஊர் பாடசாலைக்குப் போகிறார்கள். நாங்களும் அங்கு போனால் வேலைக்கு வர முடியாது. நாளைக்கு மழையில்லாமல் போய்விட்டால் கடலையை அறுவடை செய்துவிடலாம். என்ன சார்?"

பண்ணையில் ஒரு மிருகம்

கறுப்பையா மேஸ்திரியைப் பார்த்துவிட்டுச் சொன்னேன், "அவர்கள் தங்கட்டும். பரவாயில்லை."

"அப்ப சரி டாக்டரே சொல்லிவிட்டார்" என்றவாறு குடையை எடுத்துக்கொண்டு பண்டூரில் உள்ள அவரது நண்பர் வீட்டுக்கு வேகமாகச் சென்றார்.

அந்த இரவில் ராணியும் தாயும் வீரராகவன் மனைவி பார்வதியும் முன்னறையிலும் வீரராகவன் எனது அறையிலும் ராமநாயக்கர் முன் திண்ணையிலும் படுத்தார்கள். மேஸ்திரி தனது நண்பர் வீடு சென்றவர் அங்கு தங்கிவிட்டார். கிருஷ்ணனும் மாட்டுத் தொழுவத்திலுள்ள உணவுகள் வைக்கும் அறைக்குப் போய்விட்டான்.

சிறிய பண்ணை வீட்டில், சமன் மீன்களாகத் தகரத்தில் அடைத்ததுபோல் இருந்தாலும், வீரராகவன் குடும்பத்திற்கு மேஸ்திரியை மீறி உதவியது மனத்திற்கு இதமாக இருந்ததால், இரவு மற்றைய நாட்களைவிடச் சற்று முன்பாகவே நித்திரைக்குச் சென்றுவிட்டேன்.

❍

இரவு உடலெல்லாம் வியர்த்தது போன்ற உணர்வுடன் திடீரென விழித்துக்கொண்டபோது, இருட்டில் எதுவும் தெரியவில்லை. இருள் கரிய கம்பளமாக அடர்த்தியாக நெய்யப்பட்டிருந்தது. அன்று மழையானதால் ஜன்னல் முழுநாளும் திறக்கப்பட வில்லை. மற்றவர்கள் தூங்குவதால் லைட்டையும் போடவில்லை.

வீரராகவனது மெதுவான குறட்டை ஒலி சீராகக் கேட்டது. மூன்றுநாட்களும் பெய்த மழை கூரையை உடைக்க எத்தனித்துத் தோற்றுப்போய் ஓசை மட்டும் எழுப்பியபடி இருந்துவிட்டு, கிராமப் பள்ளியில் ஆசிரியர் உள்ளே சென்றவுடன் வகுப்பில் குடியேறும் நிசப்தத்தைப் போன்றாகியது.

நல்லவேளை மழை விட்டது. தொடர்ந்து இன்றும் பெய்திருந்தால் குளத்தின் அணை உடைந்திருக்கும். அந்த இருபது குடும்பங்களும் வீடற்று அகதிகளாகியிருப்பார்கள்.

உயரத்தில் இருப்பதால் மாட்டுப் பண்ணைக்குச் சேதம் வராது. ஆனால் அறுவடை செய்யவேண்டிய காலத்திலுள்ள வேர்க் கடலைப் பயிர் அழிந்துபோகும். பண்ணை முதலாளி களுக்குப் பெரிய இழப்பில்லையென்றாலும், இதுவரையில் சிந்திய வியர்வையும் உழைப்பும் கடலில் விழுந்த உப்பாவது வேதனையானது. கறுப்பையா மேஸ்திரி இந்தக் கடலையிலேயே நான் வந்த மூன்றுமாதங்களும் தனது நேரத்தைச் செலவழித்தவர்.

கடலை விளைந்தால் மானேஜர் சந்தோசப்படுவார் என்பது அவரது நோக்கம். அதனாலேயே மனிதர், தொழிலாளர்களைக் கசக்கி உலரவிடுகிறார். அவருக்குக் கொடுக்கும் வேதனத்திற்கு, மேஸ்திரி உண்மையாக நடக்க முயல்வது பாராட்டப்பட வேண்டியதுதானே என்ற எண்ணம் எனது மனதில் ஏற்பட்டது.

எனக்கு வயிற்றுக்குள் ஏதோ குடைவதுபோல் வலித்தது. வெளியே போய்வருவதற்குத் தயக்கம். முன்னறை, திண்ணை என, அதுவும் பெண்கள் வெளியே படுத்திருப்பதால், அவர்களைக் கடந்துசெல்வது இன்னும் தயக்கமாக இருந்தது. எவரது தூக்கத்தையும் கெடுக்க விருப்பமில்லை. கடிகாரத்தில் நேரத்தைப் பார்த்தபோது மூன்றரை காட்டியது. இன்னும் இரண்டு மணிநேரம்தானே விடிய இருக்கிறதென நினைத்தபடி நேரத்தைக் கடத்தவிருந்தேன். ஆனால் முடியவில்லை. நேற்று நீந்திவந்த ஏதோ ஒரு கெண்டை மீன் வயிற்றில் அசைவதுபோல் இருந்தது. காலையில், வெள்ளத்தில் வந்த மீனை வாசலில் பார்த்ததாலோ என்னவோ எனக்கு அந்தக் கற்பனை?

மின்சார சுவிட்சைப் போடாது டோர்ச் லைட்டை எடுத்தபடி, கட்டிலிலிருந்து மெதுவாகப் பூனைபோல் இறங்கி மெதுவாக அடிகளை வைத்தேன். கதவருகில் நின்று பார்த்தபோது கட்டிலின் சிறிது தூரத்தில் உடல் தெரியாத போதும் வீரராகவனின் குறட்டை ஒலி அவரை அடையாளம் காட்டியது.

மெதுவாகப் பண்ணை வாசலுக்கு வந்தபோது துரைநாயக்கர் விழித்துக்கொண்டார்.

“என்ன சார்?”

“வயிற்றுக்குள் ஒரு மாதிரியிருக்கிறது . . .”

“மழை நின்றுவிட்டது. ஆனாலும் வெள்ளம் ஓடுகிறது. கவனமாகச் செல்லுங்கள். தண்ணீரில் பாம்புகள் ஒதுங்கும்.”

துரைநாயக்கர், இயல்பாகவே நித்திரை குறைவாகக் கொள்பவரோ அல்லது சிறிய சத்தத்திற்கு விழித்துக் கொள்பவரோ, உடனே எழுந்துவிடுவார். எனக்குப் புதிதாக ஒரு பயத்தையும் உருவாக்கிவிட்டுப் படுக்கையிலிருந்து எழுந்து சுவரில் சாய்ந்தபடிப் பீடியைப் பற்றவைத்தார்.

பாம்புகளை நினைத்துச் சவுக்குத் தோப்புக்குப் போகாது நேரடியாக வரப்பு மூலம் மாட்டுப் பண்ணையை நோக்கி நடந்தேன். ஈரக்காற்றுப் பட்டு ரோமங்கள் சிலிர்த்தன. மழைக்கு மணமில்லை, ஆனால் பண்ணைக் கழிவுகளின் மணம் காற்றில் கலந்து நுரையீரலுக்குள் சென்றது. தவளைகளது ‘குறா . . . குறா . . .’

சத்தத்துடன், எங்கிருந்தோ ஒரு நாயின் ஊளை காற்றில் கலந்து அச்சத்தைக் கொடுத்தது. கருவானம் பழைய துணியாகச் சாயம் அகன்று போயிருந்தாலும் நட்சத்திரங்களோ நிலவோ கண்ணுக்குத் தெரியவில்லை. நடந்தபோது செருப்பு நீர்த்துளிகள் லுங்கியில் பட்டதால் அதனை உயர்த்திக் கட்டினேன். நீர் வரப்பை மேவவில்லை. வெள்ளம், புதிய காதலர்கள்போல் வரப்புடன் மெதுவான ஓசையுடன் கைகோத்து உரசியது. ஒவ்வோர் அடியையும் லைட்டின் வெளிச்சத்தில் அவதானமாக எடுத்துவைத்தேன். தற்காலிகமாக மழை நின்றிருக்கிறது. தொடர்ந்து பெய்வதற்கான சாத்தியங்கள் உள்ளதென நினைத்தபடி இருபது அடிகள் எடுத்துவைத்து முன்னே நகர்ந்திருப்பேன்.

தெளிவாகப் பெண் குரல், ஈரமான காற்றில் வலது பக்கத்தில் காற்றாடியாக மிதந்துவந்தது.

"வாங்க சார் வாங்க . . . உங்களை எதிர்பார்த்து இவ்வளவு நேரமாகக் காத்திருந்தேன்."

வீட்டிற்கு அறிமுகமான விருந்தினரை வாசலில் வந்து அழைப்பதுபோல் இருந்தது.

பயத்துடன் மெதுவாகக் கழுத்தை மட்டும் திரும்பிப் பார்த்தபோது, ஏதோ மனித உருவமாகத் தெரியவும், முற்றாகத் திரும்பி டார்ச் லைட்டை அந்தத் திசையை நோக்கித் திருப்பி னேன். அதே பெண் கற்பகம், மூக்குத்தியுடனும் சில மாதத்துக்கு முன்பு பண்ணைக்கு வந்த முதல் நாள் இரவு கண்ட அதே வெங்காயக் கலர் புடவையுடனும் நின்றிருந்தாள். அள்ளி உயர்த்தி முடிந்த கொண்டை அவளது கழுத்தை நீளமாகக் காட்டியது. முகத்தில் அன்றுபோல் கலக்கமோ பதற்றமோ இருக்கவில்லை. கண்கள் நேராகத் தயக்கமின்றி என்னைப் பார்த்தன. அன்றுபோல் உப்பியிராது அவளது வயிறு, பூசி மெழுகியது போல் தட்டையாக மினுங்கியது. வேண்டுமென்று வயிற்றை விலக்கிக் காட்டியதுபோல் இருந்தது. புடவை பாதி இடது பக்கம் விலகி, வயிற்றைக்கூட மூடாது தொப்புளைக் காட்டியது. அவளது புடவை முழங்காலுக்குக் கீழ், கணுக்காலுக்கு இடையில் நின்றது. ஈரக்கால்கள் டார்ச் வெளிச்சத்தில் பளிச்சிட, ஏதோ நடிகை ஒருத்தி திரைப்படத்தில் கிராமப் பெண்ணாகத் தோன்றுவதைப்போல் தெரிந்தாள். கிணற்றிற்கு எதிரே எனது வலது பக்கத்தில், சிறிது தூரத்தில் வெள்ளத்துக்குள் தேவதையின் தரிசனமாக நின்றாள்.

எனது கால்களிலுள்ள இரண்டு தொடை எலும்புகளும் சடுதியாக உருவப்பட்டு, உடல் தசைப்பிண்டமாக அந்த இடத்தில் அப்படியே சரிந்துவிடும்போல் இருந்தது. இதயம் படபடத்தது. மூளை "திருப்பி ஓடு...துரைநாயக்கர் அதிக தூரத்தில்

இல்லை" என்றது. வயிற்றில் துள்ளியபடி இருந்த கெண்டை மீன், எண்ணெய்ச் சட்டியில் பொரித்த மீனாக அடங்கிப் போய்விட்டது.

"என்ன வேணும்?" எனக் கேட்க நினைத்து வாயைத் திறந்தபோது வார்த்தைகள் வெளிவர மறுத்து அகதி அந்தஸ்து கேட்டன. வலது கைகளின் இரு விரல்களால் குரல்வளையை நீவிவிட்டபடி, தீனமான குரலில், "எ–ன்–ன–வே–ணு–ம்?" என்று தந்தியடித்தேன்.

"எனக்கு ஒன்றும் வேண்டாம்."

"அப்ப என்ன?"

கொஞ்சம் துணிவு உடலில் மருந்தாக ஏறியது. கால்களில் உரம் ஏறியது. இதயம் மெதுவாகியது.

"சிவப்பி துணை தேடுது."

"யாரு சிவப்பி?"

எனக்கு எதுவும் புரியவில்லை. இவள் என்ன சொல்ல வருகிறாள்?

"அதான் சார், சிவப்பி ஜெர்சி. ஒரு வருடமாகக் கன்று படவில்லை என்று பால்க்காரர் கவலைப்பட்டாரே, அதான் சொல்கிறேன்."

"ஆமா . . . அது உனக்கு எப்படித் தெரியும்?"

"மதியத்திலிருந்து கத்திக்கொண்டு இருக்கிறது. போட்ட உணவைத் தின்னவில்லை. அப்படியே மிஞ்சியிருக்கிறது. மழையின் சத்தத்தில், உங்களுக்குக் கேக்கவில்லை. பால்க்காரர் சாயந்தரம் அவசரமாகப் பாலைக் கறந்துவிட்டுப் போய் விட்டார். மாடுகளைப் பார்க்கவில்லை. வேறு எவரும் சாயங்காலம் தொழுவம் பக்கம் போகவில்லை. கிருஷ்ணன் சவுக்கங்காட்டில் வெட்டிய மரமாகத் தூங்குகிறார். அதான் சார் நான் சொல்லவந்தேன்."

"அப்படியா நான் பார்க்கிறேன்" எனக்கூறி முன்நகர்ந்தேன்.

"சரி நானும் வாரேன்" என்று திரும்பியபோது, வெள்ளத்தில் அவள் எடுத்துவைத்த பாதங்கள் தெரியாதபோதும் திரண்டிருந்த கணுக்கால்கள் அழகாக இருந்தன. கொண்டையின் பின்பகுதியில் அவளது கழுத்து நீளமாக மேலும் எடுப்பாக இருந்தது.

இவ்வளவு மரியாதையாகப் பேசுகிறாளே!

நான் ஒரு பேயைப் பார்க்கிறேனா அல்லது ஆவியைப் பார்க்கிறேனா? இல்லை கிராமத்திலிருந்து இங்கு வந்துபோகும் ஒரு பெண்ணா?

தொழுவக் கட்டடத்துள் கிருஷ்ணன் படுத்திருக்கிறான் என்று தெரியும். அவனுக்குக் கேட்காத பசுவின் சத்தம் இவளுக்கு எப்படிக் கேட்டது? அல்லது இந்தப் பெண் கிருஷ்ணனோடு இருந்துவிட்டுப் போகும் ஒரு கிராமத்துப் பெண்ணா? ஏற்கெனவே மேஸ்திரி பெண்கள் விடயத்தில் கிருஷ்ணனைப் பற்றிக் கோடி காட்டியுள்ளார். என்னை எதிரில் கண்டதும் இப்படி பேசிச் சமாளித்துவிட்டுப் போகிறாளா?

சுதாரித்தபடிப் பண்ணையின் உள்ளே போனேன். மாடுகள் எல்லாம் படுத்தபடி அசைபோட்டவாறு இருந்தன. தொழுவத்தின் கடைசியில் கட்டப்பட்டிருந்த சிவப்பியைப் பார்த்தேன். சிவப்பி என்னைக் கண்டதும் எழுந்து, மெதுவான முனகலுடன் தலையை ஆட்டியது. அதன்பின் தொழுவத்தின் சுவரில் தனது விலாப்புறத்தைத் தேய்த்தது. லைட்டை அடித்துப் பார்த்தபோது ஜனனவாயில் கொஞ்சம் வீங்கியிருப்பதுபோலத் தெரிந்தது. அருகில் சென்று பார்த்தபோது வெண்மையான திரவம் நூலாக வடிந்தபடி இருந்தது. அத்துடன் வாலில் அழுக்காகப் பிரண்டிருந்தது. சிவப்பியின் விழிகளில் பதற்றம், காதுகளின் ஆட்டம். அந்தப் பெண் சொல்லியபடிச் சிவப்பி சினைக்குத் தேடுவது உண்மைதான்.

எப்படியும் நாளைக்குச் சினைப்படுத்த வேண்டும். தனியாகக் கட்டியிருந்த மூக்கனைப் பார்த்தபோது மூக்கன், செத்தானே சிவனே என்று படுத்து இரை மீட்டியபடி இருந்தது. மற்றைய காளைகள், சினைக்குத் தேடும் பசுக்கள் அருகிலிருந்தால் படுக்காது, தினவெடுத்து, மூக்கை விரித்து மணந்தபடிப் பசுவைத் தேடியபடியிருக்கும்.

அப்படியே உணவு அறைக்குச் சென்று பார்த்தபோது கிருஷ்ணனின் குறட்டை கேட்டது. கிருஷ்ணன் தூக்கத்தில் இருப்பது உறுதியானதால் விலகிச்செல்லத் திரும்பியபோது அங்கிருந்த தகர வாளியொன்று தட்டுப்பட்டு அந்த இடம் அதிர்ந்தது. அந்த வாளிக்கு டார்ச் வெளிச்சத்தைக் காட்டியதும் “என்ன சார் தூக்கமில்லையா?” என்றபடி எழுந்து லைட்டைப் போட்டான் கிருஷ்ணன்.

“வெளிக்கு வந்தபோது, ஒரு மாட்டி சத்தம் கேட்டது. வந்து பார்த்தால் சிவப்பி சினை தேடியபடி நிற்கிறது. நாளைக்கு மூக்கனை விட்டுச் சினைக்கு விட வேண்டும். கன்று போட்டு ஒரு வருடமாகிவிட்டது.”

“சார் எனக்குக் கேட்கவில்லை. எப்படி உங்களுக்குக் கேட்டது?”

"நீ நல்ல தூக்கத்திலிருந்தாய். சரி நீ தூங்கு. நானும் படுக்கப் போகிறேன், விடியட்டும் பார்ப்போம்" என்று சொல்லிவிட்டுத் திரும்பினேன்.

படுத்தாலும் தூக்கம் வரவில்லை. படுக்கையில் உடல் இரண்டு பக்கமும் உருண்டுகொண்டிருந்தது. மனம் அந்த வெங்காய நிறச் சேலைக்காரி நினைப்பில் அலைந்துகொண்டிருந்தது.

சிவப்பி மாடு சினைப்படுவதால் இவளுக்கு என்ன லாபம்?

இவள் யார்? எதற்காக என்னைத் தொடருகிறாள்?

கடந்த பல மாதங்களாக அவளைக் காணாமல் இருந்தேனே! மீண்டும் அவதரித்துள்ளாளே! நிச்சயமாக ஏதாவது காரணம் இருக்கும்.

அன்று பார்த்த தோற்றத்திற்கும் இன்று பார்த்த தோற்றத்திற்கும் வித்தியாசம். அன்று கண்ணீரும் பதற்றமுமாக இருந்தவள், இம்முறை அநியாயத்திற்கு அழகாக இருக்கிறாள். அன்று கர்ப்பம்போல் உப்பியிருந்த வயிறு இப்போது தட்டையாக, கன்னி வயிறாகத் தெரிகிறதே?

இந்தத் தோட்டத்திலுள்ள மர்மங்கள் எப்போது துலங்கும்? இங்குள்ள மரங்கள், கட்டடங்கள், ஏன் மாடுகளும் கதை சொல்கின்றன? அந்தச் சிவப்புச் செருப்பு ஏன் ராணியைக் கால் இடறப் பண்ணியது?

காலை ஆறுமணிக்கு எழுந்து வீரராகவன் குடும்பத்தினர் வீடு சென்றுவிட்டனர். மழை நின்றதால் நல்ல வேளையாக அன்று இரவு அணை உடையவில்லை.

ஆறுமணிக்கு எழுந்து பால்க்காரர் ராமசாமிக்காகக் காத்திருந்தேன். தலையில் கோடுபோட்ட தலைப்பாவும் கழுத்தில் மாடுகளின் கால்களைக் கட்டுவதற்குக் கயிறுமாக, ஒரு பக்கத்தில் நீல உள்ளாடை தெரிய லுங்கியை உயர்த்திக் கட்டி வாயில் சீட்டி அடித்தபடி, மிகவும் சாவகாசமாக வந்த ராமசாமி என்னைப் பார்த்து, "இன்னா சார் வீடு போயிருப்பன்னு நினைச்சேன். இந்த வெள்ளக் குளிரில் குடும்பத்தோடு இருக்காமல் இங்கே வந்து குந்தியிருக்கிறாய்" என்றான்.

"நான் போறது சரி. நேற்று மாலை பால் கறந்தபோது சிவப்பி சினைக்குத் தேடியதே, உனக்குத் தெரியவில்லையா? இரவிரவாகக் கத்தியபடி நின்றது. நான் போய்ப் பார்க்க வேண்டியிருந்தது."

"இன்னா சார், கதைவிட்ற? நான் பக்கத்து மாட்டில் பால் கறந்தபோது சிவப்பியிடம் நாலுமாதமாகப் பாலுமில்லை,

சினையுமில்லை. நீ சுத்த வேஸ்ட், சினைக்கு வராவிடில் கேரளாவுக்குத்தான் போவாய் என்று சொல்லியிருந்தேனே! நல்லா பார்த்தேன். நம்பு சார்."

ராமசாமி மாடுகளிடம் பேசுவதைப் பல தடவை பார்த்திருக்கிறேன். பாடிக் கறப்பதற்குப் பதிலாகப் பேசிக் கறக்கிறான்போல என நினைத்துப் பல தடவை சிரித்திருக்கிறேன்.

"உண்மையாகவா?" ஆச்சரியத்துடன் கேட்டேன்.

"நான் ஏன் சார் பொய் சொல்லப்போறேன்? சினைக்கு மாடு வருகிறதென்றால் மணத்திலே கண்டுபிடிப்பேன் சார். ஆமா நீ இந்த மழை வெள்ளத்தில் எப்படி தொழுவத்திற்குப் போனாய்?" என்ற அவனது கேள்விக்குப் பதில் சொல்லாமல், "வா போய்ப் பார்ப்போம்" என்றேன்.

மாட்டருகில் சென்று பார்த்ததும், "ஆமா நீ சொல்வது உண்மைதான் சார். ஆனால் நான் பால் கறந்த பெறவுதான் சினைக்கு வந்திருக்கு."

"விரைவாகப் பாலைக் கறந்து அனுப்பிவிட்டு, மூக்கனைச் சினைக்கு விட்டுப் பார்ப்போம். இன்றைக்குள் சினைக்கு விடாவிட்டால் மூன்று கிழமை காத்திருக்க வேண்டும்" என அவசரப்படுத்தினேன்.

பால் கறந்து முடிந்ததும், சிவப்பியை இரும்புக் கம்பிகளா லான சிறிய பட்டிபோன்ற இடத்தில் கயிற்றில் கட்டிவிட்டு, மூக்கனை, மூக்கணாம் கயிற்றில் பிடித்தபடி அங்கு அழைத்துச் சென்றோம். சிறிது நேரம் சிவப்பியின் பின்பகுதியை மூக்கை வைத்து மணந்தபடி நின்றது. ராமசாமி தனது குரலால் "கூதி மவனே, ஏறடா" தூசணத்துடன் மூக்கனைக் குத்துச்சண்டை வீரனை உற்சாகப்படுத்துவதுபோல் உற்சாகப்படுத்தினான். மூக்கன், மூக்கைத் தவிர எந்த உறுப்புகளையும் உபயோகப்படுத்தத் தயாரில்லை. மூக்கனது ஆண்குறியை எனது கையால் தடவிப் பார்த்தேன். அப்போதுதான் அடிபட்டு இறந்த பாம்புபோல் அது உயிரற்று இருந்தது. பிரயோசனமில்லை. சிவப்பியின் தலையைத் திருப்பி மூக்கனைப் பார்த்துப் பெரும் குரலெடுத்துக் கதறியது. இடுப்பை நெளித்துக் காட்டியது. மாட்டின் மொழியில் இதைவிடச் சிவப்பியால் பகிரங்கமாகப் பாய் விரிக்க முடியாது. எதற்கும் மூக்கன் அசையவில்லை. மூக்கனது ஆண்குறி சலம் விடுவதற்குக் கூட வெளிவரத் தயாரில்லை. மூக்கனது ஆண்குறியில் கையை வைத்து மீண்டும் பார்த்தபோது எதுவித மாற்றமுமில்லை, பிரயோசனமுமில்லை எனத் திரும்பப் பழைய இடத்தில் மூக்கனைக் கட்டிவிட்டேன்.

"சிவப்பிக்குப் பதிலா நாம மூக்கனைத்தான் கேரளாவுக்கு அனுப்ப வேண்டும்."

"ஆமா சார் மூக்கன் ஒண்ணுக்கும் லாயக்கில்லே."

ராமசாமியை உடன் அனுப்பி, அரச கால்நடை அலுவலகத்தில் ஜேர்சி இன விந்துவை வரவழைத்துச் செயற்கை முறையில் அன்று மதியமே சினைப்படுத்தலைச் செய்தோம்.

அன்று பகல் மழை பெய்யவில்லை. வெள்ளம் மெதுவாக வடிந்தது. கிணறு நிரம்பியிருந்தது. கடலைப் பயிரை அறுவடை செய்து விடவேண்டும் என மேஸ்திரி மும்முரமாக நின்றார். ஊரில் வெள்ளம் வடியாதபோது வேலையாட்கள் எப்படி வந்து வேலை செய்வார்கள் என்று கேட்டதும், "வருவாங்க, கொஞ்சம் அதிகமாகப் பணம் கொடுக்க மானேஜரிடம் பேசலாம். பால்க்காரப் பையன்கள் வேலையை முடித்தபின்பு அவர்களையும் கடலை அறுவடைக்குப் பயன்படுத்தலாம்" என்று மேஸ்திரி சொன்னபோது நான் எதுவும் சொல்லவில்லை.

5

பையன்கள்

அடுத்தநாள் சனிக்கிழமை. நான் சென்னை சென்று இரண்டு நாட்கள் இருந்துவிட்டு, மறுபடியும் திங்கட்கிழமை பண்ணைக்குக் காலையில் வருவேன் எனச் சொல்லியிருந்தேன். மாட்டுப் பண்ணை தொடர்பான எனது வேலைகளையும் செய்தாகிவிட்டது. வார விடுமுறைநாளில் கடலை அறுவடை செய்யக் கறுப்பையா மேஸ்திரி திட்டம் வகுத்திருந்த படியால் எனக்குப் பண்ணையில் வேலையில்லை. ஏற்கெனவே மூன்றுநாட்கள் மழையால் வீட்டுக்காவலில் பண்ணையில் இருந்தபோது மனைவியும் குழந்தைகளும் மனத்தில் நிறைந்திருந்தனர்.

முதல் பஸ்ஸில் தாம்பரம் சென்று, அங்கிருந்து ரயில் எடுக்கவேண்டுமென நினைத்து அதிகாலையே எழுந்துவிட்டேன். கடிகாரம் நாலரை மணியைக் காட்டியது. புள்ளினங்களின் ஒலி கேட்கவில்லை. பண்ணை, ஈரக்காற்றின் போர்வையில் அமைதியாக உறங்கியபடியிருந்தது.

கட்டிலிலிருந்து இறங்கி முன்னறையைச் சுற்றிப்பார்த்தபோது இன்னமும் மற்றவர்கள் தூங்கிக்கொண்டிருந்தார்கள். ஒவ்வொருவரது குறட்டை ஒலியும் பல சுருதியில் வாள்களாக வெளிவந்து அமைதிச் சூழலை அறுத்தன. அதிகாலையில் எழும் மேஸ்திரிகூட உடலை அசைக்கவில்லை. அவரது குறட்டை, அவரது குரலைப்போல் போர்க்களத்துச் சங்க நாதமாக ஒலித்தது. இந்த இடத்திலிருந்து தப்பியோட வேண்டுமென்று மனம் எண்ணியது.

எங்கே போவது?

நேற்று செயற்கை முறையில் கருத்தரிக்கப் பண்ணிய சிவப்பி மாட்டைப் பார்த்துவிடுவோம் என்ற நினைவு மனத்தில் முளைத்தது.

தோளில் டவலொன்றைப் போட்டவாறு, ஒரு கையில் பற்பசை கொண்ட பிரஷ்ஷையும் மறு கையில் லைட்டையும் எடுத்துக்கொண்டு பண்ணை நோக்கி நடந்தேன். காய்ந்த இலைகளெல்லாம் வெள்ளத்தில் அடித்துச்செல்லப்பட்டதால் புதிதாக மெழுகிய நிலமாகத் தெரிந்த முற்றத்தைத் தாண்டிச் சென்றேன்.

வரப்பில் நடந்தபோது மழைத் தண்ணீர் பெரும்பாலான இடங்களில் ஓடிமறைந்துவிட்டது. ஆனாலும் தண்ணீர் நின்ற தரையெங்கும் இலைகளும் குழைகளும் சேர்ந்து சேறும்சகதியு மாக இருந்ததால் செருப்பில் ஒட்டிய சேறு உடையில் பட்டுவிடாமல் கால்களை அவதானமாக வைத்து மெதுவாக இழுத்தபடி வரப்பில் நடந்தேன்.

தொழுவத்தின் உள்ளும் வெளியும் இருளாகக் கிடந்தது. நிலத்திற்கு டோர்ச் வெளிச்சத்தை அடித்தபடித் தொழுவத்தின் வாசலுக்குள் சென்று, டோர்ச் லைட்டை உள்ளே நேராக அடித்தபோது “சார்” என்ற குரல், இருட்டைத் துளைத்தபடி அம்பாகக் காதுக்குள் சென்றது. சுவரிலுள்ள மின்சார விளக்கு சுவிட்ச்சில் கையை வைத்த நான் நிலைகுலைந்தாலும் சுவிட்சைப் போடாது அந்தச் சுவரில் சாய்ந்தபடிக் குரல் வந்த திசையைத் திரும்பிப் பார்த்தபோது, சிவப்பி மாட்டருகே அதே பெண் நின்றிருந்தாள்.

அதே உடுப்பு, அதே மூக்குத்தி, அள்ளி முடிந்த கொண்டை. ஆனால் சேலை மட்டும் தளையத்தளைய, அவளது பாதங்களை மறைத்திருந்தது. ஐந்து நட்சத்திர விடுதியில் வரவேற்பறையில் நிற்கும் பெண்ணின் முகத்தில் தோன்றுவது போன்ற வரவேற்பளிக்கும் அமைதியான புன்னகை.

“இந்த – நேரத்தில் – இங்கு – என்ன – செய்கிறாய்?” என வார்த்தைகளைத் தடுமாறியபடி, விட்டுவிட்டுக் கோத்தேன். வாய் மட்டுமல்ல உடலும் ஒத்துழைக்கவில்லை. நல்லவேளை சுவரில் சாய்ந்திருந்தேன். கைகள் டோர்ச் லைட்டை இறுகப் பற்றியிருந்தன.

“பயப்பிடாதீங்க. ஒன்னுமில்ல. சிகப்பி, எனது சகோதரி மாதிரி, அதனால் அவளுடன் பேசிக்கொண்டு நிற்கிறேன். எவ்வளவு சந்தோசமாகச் சிவப்பியிருக்கிறாள். கர்ப்பத்தின் சுகம்

எவ்வளவு இனிமையானது தெரியுமா? எல்லாக் கவலைகளும் மறந்துவிடும். மனத்தின் சுமை இறங்கியது போன்ற உணர்வு ஏற்படும். ஆங்காங்கு வைத்த பொருட்களையே மறந்துவிடுவோம். பலரது பெயர்கள் நினைவிராது. எவர் திட்டினாலும் கோபம் வராது. ஆனந்தத்தின் சேட்டைகள் முளைத்துவிடும். கால்கள் நிலத்தில் படுவது தெரியாது. நீங்களெல்லாம் ஆம்பளைகள். உங்களுக்கு இவை புரியாது. இது பெண்கள் சமாச்சாரம். நேற்று சிவப்பியைக் கர்ப்பமாக்கியதற்கு நன்றி சார்."

அவளது வார்த்தைகள் ஆகாசவாணி செய்தி போல் தடுமாற்றமில்லாது சுத்தமாக வந்தது. அவளது வார்த்தைகள் தைரியத்தை என் உடலில் ஏற்றியது.

"அது எனது கடமை. சிவப்பிசினை தேடியதைச் சொன்னதற்கு உனக்கு நன்றி சொல்ல வேண்டும்" என்றவாறு லைட்டை போடக் கை எடுத்தபோது "நான் போறேன் சார்" என்றாள்.

உடன் லைட்டைப் போடாமல் டார்ச் லைட்டின் வெளிச்சத்தில் பின்பகுதியை அசைத்தபடி அவள் போவதைப் பார்த்துக்கொண்டிருந்தேன். சிறிது நேரத்தில், சுவிட்ச்சைப் போட்டு விட்டுப் பல்லைத் தேய்த்தபடிச் சிவப்பியை அண்மித்தேன். சிவப்பி தலையை உயர்த்தி அசை போட்டபடி அமைதியாக நிலத்தில் படுத்திருந்தது. முதல் நாள் தெரிந்த நெஞ்சுக்கூட்டின் அவசரமான சுவாச அசைவுகள், சுழன்றபடியிருந்த விழிகளின் பதற்றம், காதுகளின் ஆட்டம் எல்லாம் தொலைந்துபோயிருந்தன.

அடுத்த இருபத்தொரு நாட்களில் மீண்டும் சினைக்குத் தேடாததைக் கண்டுகொள்ளத் தவறினாலும், எப்படியும் இரண்டு மாதங்களில் கையை விட்டுக் கர்ப்பத்தை முடிவு செய்துகொள்ள முடியும். இலங்கையில், அறுபது நாட்களில், மாடுகளின் கர்ப்பப் பையிலுள்ள சிறிய வீக்கத்தையே கை விரல்களால் தடவிப் புரிந்துகொண்டவன் நான் என்ற சிறிய பெருமிதத்துடன் திரும்பிக் கிணற்றடி நோக்கிச் சென்றேன்.

மூக்குத்தி அணிந்த வெங்காய நிறச் சேலைக்காரி தொடர்ச்சியாக என் மனத்தில் குமிழ் விட்டபடியிருந்தாள். இவள் பெண்ணா, மனப்பிரமையா, இல்லை இறந்த கற்பகத்தின் ஆவியா என்ற வழமையான கேள்வி, ஏற்கெனவே கடந்துவந்த பரீட்சைத்தாளில் பார்த்ததுதான். ஆனால், விடை எழுதாத வினாவாக இருந்தது. இப்போது வினா ஒன்று புதிதாக வந்து குரங்காக மனக்கொப்பில் ஏறி அமர்ந்து சேட்டையில் ஈடுபட்டது. பயணப்பொதியில் எடுத்துச்சென்ற புத்தகத்தை பஸ்ஸிலோ இரயிலிலோ கையிலேயே நான் எடுக்கவில்லை.

சிவப்பி கர்ப்பிணி ஆவதில் இவளுக்கு ஏன் அக்கறை? அதுவும் தனது சகோதரி என்கிறாளே? நேற்றைய இரவு நான் எழுந்துவந்தது சாதாரண நிகழ்வல்ல. படுத்தால் அதிகாலை வரையும் தொடர்ந்து துயிலும் எனக்கு அது புதிதானது. புதுமையாக வயிற்றில் வலி வந்தது. ஆனால், அது மாட்டைப் பார்த்த பின்பு மறைந்துவிட்டதே? இவளிடம் ஏதோ அதிசய சக்தியுள்ளதா?

மார்க்சிஸம், கடவுள் மறுப்பு என்ற பகுத்தறிவுப் புத்தகங் களைப் படிக்கும் என்னால், ஆவியுருவத்தில் பெண்ணையோ அல்லது அமானுஷ்ய சக்தியையோ நினைத்துப் பார்க்க முடியவில்லை. அதேவேளையில் எட்டி உதைத்துவிட்டுக் கடந்துபோகவும் முடியவில்லை. ஆனால் ஒன்று தெரிகிறது, எனக்கெதிராக எந்த விடயத்திலும் இவள் ஈடுபடவில்லை. எனது உதவியைக் கேட்டதுதான் முதல் நாளில் நடந்தது. அன்று நான் மறுத்துவிட்டதால் இப்பொழுது எனக்கெதிரான எந்த நடவடிக்கையுடனும் அவளில்லை. எனது உதவியை நாடுகிறாளா அல்லது இவளுக்கு நான் உதவி செய்கிறேனா?

யாரிடமும் பரிமாறமுடியாத விடயமாகிவிட்டது. மேலதிகமான விபரங்களை, யாரிடமும் பெறமுடியாத நினைப்பு. உடலில் பட்ட மயிர்கொட்டி நமைச்சலில் தவித்தேன்.

நான் சென்னையிலிருந்த இரு நாட்கள் தொடர்ச்சியாக மழையற்ற நாட்கள். மட்டுமல்ல, சூரியன் நிலத்திற்கு அருகில் வந்து குளித்த குழந்தையின் தலை ஈரத்தைத் துவட்டும் தாயாக, மழை ஈரத்தை ஒத்தி எடுத்தது.

மேஸ்திரி நிச்சயமாகக் கடலை அறுவடை செய்து காயவிட்டிருப்பார் என நினைத்தபடி வந்தபோது, அது நடந்திருந்தது. காலையில் சென்றபோது அறுவடையாகியிருந்த கடலையால் வீடு நிரம்பியிருந்தது. என்னறையின் முன்பகுதி, திண்ணையெல்லாம் கச்சான் மலையாக உருமாறியிருந்தது. எனது அறை மட்டும்தான் கடலை கொட்டப்படாது தவிர்க்கப்பட்டிருந்தது. வஞ்சகமில்லாத உழைப்புக்குப் பலனாகக் கிடைத்த தாராளமான அறுவடை.

காலை பத்து மணியிருக்கும். பஸ்ஸைவிட்டு இறங்கியதும் உடையை மாற்றிக்கொண்டு நேரடியாகத் தொழுவத்திற்குச் சென்றேன். என்னைக் கண்டதும் பால்க்காரர் ராமசாமி என்னைப் பின்தொடர்ந்தான். "மேஸ்திரி இன்றைக்கு விவசாயத்தில் வேலை செய்த எல்லோருக்கும் லீவு கொடுத்திருக்கிறார். நல்லவேளை நீங்கள் இருக்கவில்லை. இருந்திருந்தால் உங்களையும்

கடலை பறிக்க வைத்திருப்பார். அந்தாள் பைத்தியம்போல் மற்றவர்களிடம் வேலை வாங்கினார்" என்றான் ராமசாமி

"நீயும் கடலை பறித்தாயா? அப்படியான வேலை செய்யமாட்டாயே." வழமையாக எல்லாவற்றையும் கொஞ்சம் பெரிதாக்கிச் சொல்லும் வழக்கம் ராமசாமிக்கு இருப்பதால் சிரித்தபடி அவனிடம் கேட்டேன்.

"இல்லை சார் மனைவிக்குச் சுகமில்லை; அதனால் தப்பி விட்டேன்." சிரிப்பில் வெற்றிக் களிப்பு தெரிந்தது.

"உண்மையாகவா?"

"உண்மைதான் சார். தாம்பரம் போய் அப்படியே அவங்களோட அம்மாவைக் கூட்டிவந்தேன்."

இருவரும் ஒன்றாகத் தொழுவத்தை அடைந்தபோது பையன்கள் மாட்டுக்கு உணவுவைத்துக்கொண்டிருந்தார்கள். அந்த மூன்று பையன்களான ராசு, ராமு, சுப்பு ஆகியோர் வெள்ளை பெனியனுடனும் காக்கி அரைக் காற் சட்டையுடனும் வேலைசெய்துகொண்டிருந்தார்கள். பதினைந்து வயதாக இருந்தாலும் போசாக்கற்ற தன்மையால் இரண்டுவயதைக் குறைத்தே மதிப்பிட முடியும். கடந்த மூன்று வருடங்களாக வேலை செய்கிறார்கள் என அறிந்தேன்.

"இவங்களுக்கு லீவில்லையா? நீங்களும் கடலை அறுவடை செய்தீர்கள்தானே?" என்று அருகில் சென்று கேட்டேன்.

மாடுகளுக்கு உணவளிப்பதையும் அவற்றைக் கழுவுவதையும் நிறுத்திவைக்க முடியாதென்பதால் அவர்களுக்கு வருடத்தில் எந்த நாளும் வேலையில் லீவு கொடுக்க முடியாது என்று தெரிந்துகொண்டேன். அவர்கள் மூவரும் சிரித்துவிட்டுத் தங்கள் வேலையைத் தொடர்ந்தார்கள்.

ராமு உயரமானவன். புண்ணாக்கைத் தொட்டியில் போட்டுக் கலக்கியபடி இருந்தவன், எழுந்து அடுத்த மாட்டை நோக்கி நடக்கும்போது பின்பகுதியைத் தள்ளி நெளித்தபடி மெதுவாக நடந்தான்.

"என்னடா குண்டியை நெளித்தபடி நடக்கிறாய்? ஏதாவது பிரச்சினையா?" எனச் சிரித்தபடி பாதி கேலியாகவும் பாதி சீரியசாகவும் கேட்டேன்.

"எல்லாம் மேஸ்திரியால்" கண்களில் நீர்ப் படலமிட, மெதுவான புன்னகையை இழையோடவிட்டபடி ராமசாமியைப் பார்த்தான்.

“ஏன் என்ன நடந்தது?” என அவனருகில் சென்று தோளைத் தொட்டேன்.

“நீயே பாரு சார்” என்றவாறு தனது காக்கி அரைக் காற்சட்டையை முழங்காலுக்கு இழுத்துவிட்டுக் குனிந்தான். அவன் குனிந்தபோது வீங்கியிருந்த மூலம் சிவந்த அரளிப்பூவாகத் தெரிந்தது.

“என்னடா இப்படிச் சிவப்பாக இருக்கே?” அதிர்வுடன் கேட்டேன்.

“ராத்திரி கடலை பிடுங்கியதும் எல்லாவற்றையும் வீட்டுக்குள்ளே வைத்து வேலையை முடிப்பதற்கு எட்டு மணியாகி விட்டது. பண்ணையில் சாப்பாடு கிடைத்தது. இங்கு வந்து மாட்டுத்தீனி அறைக்குள் தூங்கிவிட்டோம். நடு இரவில் யாரோ கத்தியால் குத்தியதுபோல் குண்டியில் வலித்ததால் எழுந்து பார்த்தால் மேஸ்திரி பக்கத்தில் இறுக்கமாகக் கட்டிப்பிடித்தபடிப் படுத்திருக்கிறார். அவரது பிடியிலிருந்து தப்பமுடியவில்லை. கத்த முடியாது வாயை அழுத்தியபடியிருந்தார்.”

ராமு என்னுடன் பேசிக்கொண்டிருந்த இடத்திற்குக் கண்களைக் கசக்கியபடி சுப்பு வந்தான். மூன்று பையன்களிலும் சிறியவன்.

“என்னடா?”

“எனக்கும்தான்” என்று தானாகவே காட்டினான். அவனது குதத்தில் இரத்தம் உறைந்திருந்தது.

எனக்கு உடல் வேர்த்தபடி வயிற்றில் குமட்டியது. மனித மிருகம் இரண்டு சிறுவர்களை வெறிகொண்டு கடித்துக் குதறியிருக்கிறது. இப்படியான ஒரு சம்பவத்தை நேரில் பார்ப்பது இதுதான் முதல்முறையும்கூட.

சிறிது தூரத்தில் நின்ற ராமசாமியிடம் “உனக்குத் தெரியுமா?” என்று கேட்டேன்.

“தெரியும் சார். பையன்கள் சொன்னாங்க. அந்தாளுக்கு இதுதான் வேலை. பெரிய மனுசனாகவா நடந்திருக்கான்? கசுமாலம். கூதிப்பயல். யாராவது பொம்பிளைக்குச் செய்தாலும் பரவாயில்ல. அதைவிட்டுப் பசங்களுடன்?” எனக் காறித் துப்பினான்.

“இது குற்றமில்லையா?” ஆச்சரியத்துடன் கேட்டேன்.

"இதுக்கு முன்பும் செய்திருக்கிறார். இன்றுதான் ஒரு இரவில் இப்படி இரண்டு பையன்களுக்கும் செய்தது. வழக்கமாக அவரைக் கண்டால் பையன்கள் தூரத்திற்குப் போவாங்க."

"இந்தப் பையன்களின் பெற்றோருக்கு இது தெரியாதா?" கோபக்குரலில் கேட்டேன்

"தெரிந்தாலும் என்ன செய்வது?" எனக் கையை மடக்கி முஷ்டியைத் தன் முகத்தருகே காட்டி மாற்று வினாவைத் தொடுத்தபோது விடையற்றுத் தடுமாறினேன். இரண்டு பிள்ளைகளின் தந்தை ஆனதால் நான் தலைகவிழ்ந்தேன்.

ஆத்திரத்துடன் மீண்டும் பண்ணை வீட்டிற்கு வந்தேன். அன்று விடுமுறையானதால் பண்ணையில் இருக்கும் கிருஷ்ணன் தாம்பரம் போயிருந்தான். மேஸ்திரி மனேஜரிடம் சென்றுவிட்டார். துரைநாயக்கர் மட்டுமே வீட்டில் அமைதியாகத் திண்ணையில் சாய்ந்தவாறு பீடியைக் குடித்தபடி இருந்தார்.

மேஸ்திரியின் முகத்தில் முஷ்டியால் குத்திக் கிழிக்க வேண்டும் என்ற கோபம் தினவாகத் தோளிலும், கொதிக்கும் நீராக இரத்தத்திலும் பாய்ந்து உடல் சூடேறியது. அந்தச் சூடு இரத்தத்தைக் கொதிக்கவைத்தது. நிற்க இயலாது உடல் அதிரத் தொடங்கியதும், பக்கத்திலிருந்த கதிரையை வேகமாக இழுத்து அதில் ஒரு காலை வைத்தபடி சில நிமிட நேரம் எதுவும் பேசாது உடல் நடுக்கம் குறையும்வரை நின்றேன். துரைநாயக்கர் எனது முகத்தை உற்றுப் பார்த்துவிட்டுத் தனது பீடியை அரைவாசியில் எறிந்தார்.

"சொல்லுங்க டாக்டர் சார்."

அவரிடம் பையன்களுக்கு நடந்த விடயத்தை வேகமாகச் சொல்லிவிட்டு "இந்தாளும் ஒரு மனிதரா? இவருக்கு ஒரு பேரப்பிள்ளை இருக்கிறதல்லவா?" என்று கேட்டேன்.

மெதுவாகச் சிரித்தபடி "அவனைத் திருத்த முடியாது" என்றபடி நிலத்தைப் பார்த்தார்.

"என்ன சொல்லுகிறீர்கள்? நான் கோபமாகச் சொல்ல நீங்கள் சிரிக்கிறீர்களே?" என்று கதிரையை விட்டுக் காலை எடுத்துப் பதற்றத்துடன் சொன்னேன், "அந்த இரண்டு பையன்களினதும் குதங்கள் இரத்தப் புண்ணாக இருக்கிறது. அதுவும் பதினைந்து வயதுப் பையன்கள். இந்தாள் ஐம்பது வயதுக்கு மேற்பட்ட பெரிய மனிதர். இப்படி நடந்திருக்கிறாரே?"

"சார் நான் சொல்லுவதை ஆறுதலாகக் கேளுங்கள். இவனுக்கு இது முதவாட்டி இல்ல. பையன்களுக்கும் இது முதவாட்டி

நோயல் நடேசன்

இல்ல சார். இரண்டு நாளில் அவங்க மறந்துவிடுவாங்க. அவங்க ஆம்பிளைக" என்றார் சாந்தமான குரலில்.

"அதென்ன அப்படிச் சொல்கிறீர்கள். ஆம்பிளைக்கு ஒரு நியாயம் பெண்களுக்கு ஒரு நியாயமா? பழைய வைத்தியர் பெண்களுடன் முறைகேடாக நடந்தார் என வேலையை விட்டு அனுப்பினீர்கள். இவர் மட்டும் இப்படிச் செய்யலாமா?"

வழக்கம்போல் இரண்டு தோள்களையும் இரு கைகளால் தடவியபடி ஓட்டைப் பல் தெரியச் சிரித்தார்.

"நீங்க சிரிக்கிறீங்க. இது ஒரு குற்றமான செயல். பாரதூரமான விடயம். இதை மனேஜருக்குத் தெரியப்படுத்த வேண்டுமென நினைக்கிறேன்" கோபத்தில் எனது குரல் தடுமாறியது.

எனது முகத்தைப் பார்த்ததும், அவரது சிரிப்பு தொலைந்து முகம் இருண்டது.

"சார் அவருக்கு நீங்கள் சொல்லுவது புதிதாக இருக்காது. ஏற்கெனவே இவனைப் பற்றிய விடயங்கள் மானேஜருக்குத் தெரியும். அவர்கள் இருவரும் ஒரே வகுப்பில் படித்தவர்கள்" என்றார் மிகவும் சகஜமாக. அவரது நிதானம் என்னை அமைதியடைய வைத்தது.

"அப்படியா சங்கதி. இது எனக்குத் தெரியாது."

இப்போது நான் சுயமான நிலைக்கு வந்து மீண்டும் கதிரையில் அமர்ந்து உரையாடலுக்குத் தயாரானேன்.

துரைநாயக்கரும் தள்ளி எதிர்த் திண்ணையில் அமர்ந்தார்; "நான் முழுக் கதையையும் சொன்னால்தான் அவனை உங்களால் புரிந்துகொள்ளமுடியும். கறுப்பையாவின் அம்மா இறந்த பின்பு அவன் மாமனால் வளர்க்கப்பட்டவன். மாமன் அவனைச் சரியாகக் கவனிக்கவில்லை. அதனால் பள்ளிக்கூடம் ஒழுங்காகப் போவதில்லை. மாமனுக்கு நிரந்தர வேலை, குடும்பம் எதுவும் கிடையாது. மாட்டு புரோக்கராக வேலை செய்வான். இவனும் மாமனோடு, மாட்டுச் சந்தை வியாபாரம் எனக் கிராமங்களுக்கு அலைவான். இப்படியாக வளர்ந்தவன் கொஞ்சம் இளவட்டம் ஆன போது, அவனைவிடச் சிறிய பையன்களோடு ஊர் சுத்தினான். நிரந்தரமான வேலையில்லை. சில காலம் வடக்கே செல்லும் லாரியில் கிளீனராக இருந்தான். இந்தக் காலத்திலே அவனுக்கு ஒரு கல்யாணமும் செய்துவைத்தார்கள். அந்தக் கல்யாணம் ஆரம்பத்திலேயே சரியாகவில்லை என அறிந்துகொண்டேன். ஏதோ ஒருவிதமாக ஒரு பெண் குழந்தை பிறந்தது. அப்போதாவது ஒழுங்காவான் என நினைத்தேன். அதைப்

பொய் என நிரூபிப்பதுபோல் அந்தக் குழந்தை தன்னுடையதல்ல என்று எனக்கு வந்து சொன்னான். நான்கூட நம்பவில்லை. ஏதோ மனைவியின் மீதான ஆத்திரத்தில் சொல்கிறான் என நினைத்துக்கொண்டேன். ஆனால் தகராறு தொடர்ந்து நடந்து மனைவி இவனை விட்டுத் தனது தாய் வீட்டுக்குப் போய்விட்டாள்.

"பிற்காலத்தில் மனமுடைந்து இருந்தபோது, நான் இருவரையும் சேர்த்து வைப்போம் என முயன்றாலும் அது நடக்க வில்லை. இவனது மனைவி நேரடியாகச் சொல்லாதபோதும் மறைமுகமாக எந்தப் பெண்ணும் இவனோடு இருக்க முடியாது என்றாள். நாங்கள் அதை யோசித்து இவனுக்குப் பெண்கள் சகவாசம் சரிவராது என முடிவு கட்டினோம். அதன்பின்பு அந்தக் குழந்தைக்காவது பணம் கொடுக்கும்படிக் கேட்டதும் அதைச் செய்தான். பிற்காலத்தில் தூக்கத்தைவிட்டு கிளீனர் வேலை செய்ய உடம்பு விட்டுக் கொடுக்கவில்லை எனக் குறைபட்டான். இதையறிந்து மானேஜர் இவனை இங்கு கொண்டுவந்தார்.

"அதுவரையும் நான் ஊரில் விவசாயம் பார்த்தபடியிருந்தேன். இவனது மகளுக்குத் திருமணம் முடிந்து, இப்போது ஒரு பெண் குழந்தையும் உள்ளது. மகள் நல்ல பெண். அவள் இப்பவும் கறுப்பையாவைத் தந்தையாக நினைப்பதால் இவனுக்கும் அவளில் அன்புள்ளது.

"கடந்த ஆறு மாதங்களுக்கு முன்பாகப் பண்ணையில் நடந்த சம்பவத்தில் இங்கொரு பெண் இறந்துவிட்டாள். அந்தப் பெண்ணின் சாவு தற்கொலை என்றாலும், பண்ணையில் நடந்ததால் முதலாளிகளுக்கு அவமானமாகிவிட்டது. கறுப்பையா அந்தப் பெண்ணை இங்கு இரவில் அனுமதித்திருக்கக்கூடாது என்கிறார்கள். அதன் பின்பு கறுப்பையாவைத் தெருவில் விட விரும்பாமல் என்னையும் இங்கு வந்திருக்கச் சொல்லியிருக்கிறார். எனக்கு அங்கு விவசாய நிலத்தை விட்டுவர மனசில்லை. ஆனால் சிறுவயதிலே மானேஜரும் கறுப்பையாவும் தெரிந்தவர்கள் என்பதால் இங்கு வந்தேன்.

"இதையெல்லாம் ஏன் சொல்கிறேன் என்றால் ஏற்கெனவே நடந்த விடயத்தில் மனேஜர் மனமுடைந்திருக்கிறார். இந்த விடயம் அவரிடம் போனால் மேலும் பிரச்சினை உண்டாகும்."

துரைநாயக்கரது கதை என்னைத் தூக்கி வாரியது. நான் கற்பனையில்கூட நினைக்காத விடயங்கள்.

மேஸ்திரி, பெண்களுடன் இருக்க முடியாத மனிதர் என்ற உண்மை இதயத்தில் அதிர்வைக் கொடுத்தது. உடலெங்கும் கருப்பு வெள்ளை கலந்த ரோமத்துடன் நெஞ்சை நிமிர்த்தியபடிப்

பெரிய மீசை வைத்துக்கொண்டு கிராமத்து அய்யனாரின் செவ்வரியோடிய கண்களுடன், இடுப்பில் அரிவாளைச் சொருகியபடி இடியோசை போன்ற கரடுமுரடான குரலில், இந்தப் பண்ணையைக் கலக்கியபடி நிலமதிர வலம்வரும் கறுப்பையா மேஸ்திரியால் பெண்களுக்கு எதுவும் செய்ய முடியாது என்ற உண்மை அந்த நேரத்தில் கிரகித்து ஏற்றுக்கொள்ள முடியாத உண்மையாக இருந்தது.

அதுவும் அந்த விடயம் அவரது பாடசாலை நண்பரிடமிருந்து வெளிவருகிறது. முன்பொரு நாள் 'அவன் எனது நண்பன், நான் எதுவும் சொல்லமுடியா'தென எழுந்துசென்றது நினைவுக்கு வந்தது. அந்த அதிர்ச்சியைவிட மேலும் ஒன்று உள்ளது. இந்தப் பண்ணையில் வேலை செய்யும் மேஸ்திரி, மானேஜரின் நண்பன் என்பதால் அவரது நண்பனிடம் நான் எப்படிப் புகார் சொல்லமுடியும்? அப்படிச் சொன்னாலும் அதைப் பூசி மெழுகப் பார்ப்பார்கள். மாடு கழுவும் பையன்களுக்கு மானேஜரிடம் நீதி கிடைக்க வாய்ப்பில்லை என்பது உறுதியான விடயம். ஆனாலும் என்னால் சுலபமாக விட்டுப்போக முடியவில்லை. வேறுவிதமாக அணுகிப் பார்ப்போம் என்று நினைத்து, மீண்டும் துரைநாயக்கரிடம் "அந்தப் பையன்கள் பாவமில்லையா? மிகவும் கீழ்த்தரமான செயலல்லவா?" என்றேன்

"அவர்கள் இதை மறந்துவிடுவார்கள். பாம்பைப் பிடித்து விளையாடும் இந்த வயதில் இப்படியான பல விடயங்கள் நடப்பதுதானே? இவற்றைக் கடந்துதானே நாம் வளர்ந்தோம்."

நல்ல மனிதரான துரைநாயக்கரது கருத்தை என்னால் ஏற்க முடியவில்லை. ஏற்கெனவே இப்படியானவர் என்று தெரிந்துதான் வேலைக்கு வைத்திருக்கிறார்கள் எனத் துரைநாயக்கர் சொல்வது உண்மைதான். இந்தப் பையன்களுக்கு ஏற்கெனவே இந்தப் பண்ணை வேலையின் மூலம் விளையாட்டுப் பருவம், கல்வி என்பன சூறையாடப்பட்டுவிட்டது. இப்போது பாலியல் வன்முறைக்கும் உள்ளாக்கப்பட்ட இவர்கள், வளர்ந்து பெரியவர்களாகும்போது தங்களுக்கு அநியாயம் செய்த சமூகத்தை எப்படிப் பார்ப்பார்கள்? இவர்களது பாலியல் உணர்வுகள் எப்படிக் காயமடைந்திருக்கும்? நாளை இவர்களும், அடுத்த கறுப்பையாக்களாக மாறுவார்களே? அவை வன்முறையாக இருக்காதா?

இதற்கு நான் என்ன செய்ய முடியும்? நான் இதை முறைப்பாடு செய்தால் அந்தப் பையன்களுக்கு வேலை போய்விடச் சாத்தியமுள்ளது. இவர்கள் குடும்ப நிலையில் இவர்களின் உழைப்பு எவ்வளவு முக்கியமானதோ? அவங்களுக்கு நன்மை

செய்யப்போய் அதுவே தீமையாகிவிட்டால் என்ன செய்வது? இப்படி ஒரு விடயத்தில் மனேஜரிடம் புகார் செய்த பின்பு கறுப்பையா மேஸ்திரியுடன் நான் இந்தப் பண்ணையில் எப்படி வேலை செய்யமுடியும் என்பதும் என்னுள் கேள்வியாக எழுந்தது.

நான் யோசிப்பதைப் பார்த்துவிட்டு துரைநாயக்கர், "உங்களது எண்ணம் புரிகிறது. அந்தப் பையன்களின் நிலையையும் எண்ணிப் பார்க்க முடிகிறது. இந்த விசயமாகப் பையன்கள் என்னிடம் சொல்லியதாக நான் கறுப்பையாவிடம் பேசி இந்த வயதில் இப்படியான விசயத்தில் ஈடுபடுவது நல்லதல்ல எனச் சொல்கிறேன். அதன்மூலம் மீண்டும் நடக்காமல் என்னால் தடுக்க முடியும். அதுதான் தற்போது என்னால் செய்ய முடியும். அதைச் செய்வதற்கு எனக்கு ஒரு சந்தர்ப்பம் தாருங்கள்" என்றார்.

இவர் எனக்கோ பையன்களுக்கோ உதவி செய்வதை விடத் தனது நண்பனைப் பாதுகாக்க விரும்புகிறார். அது இயற்கையானதே. நான்கூட எனது நண்பன் இப்படியொரு விடயத்தில் சம்பந்தப்பட்டிருந்தால் இவரை மாதிரி நடந்திருக்கலாம். துரைநாயக்கர் நல்ல மனிதர் என்பதோடு, அவர் சமைப்பதும் தந்தைபோல் புத்திமதி சொல்லுவதும் எனது மனதில் ஈரமாக இருந்தது. இதற்கு மாறாக எனது நடவடிக்கைகள் எந்தவிதமான பிரயோசனமான முடிவுகளைத் தருமென்ற நிச்சயமில்லாதபோது வேறென்ன செய்ய முடியும்? அவருக்கு அந்தச் சந்தர்ப்பத்தைக் கொடுப்பது என முடிவு செய்தேன்.

கதிரையிலிருந்து எழுந்து, எனது அறைக்குள் சென்று வலி போக்கும் அனாசின் மாத்திரைகள் நான்கைத் தொழுவத்தில் அந்த இரண்டு பையன்களிடம் கொடுப்பதே என்னால் செய்ய முடிந்தது. அந்தச் செய்கை என்னைக் கையாலாகாதவனாக உணர்த்தியது. அநியாயம் நடப்பதைப் பார்த்து அமைதியாக இருக்கும் என்னையே, குற்றம் செய்தவனாக நினைக்கவைத்தது. இதைவிட ஏதாவது செய்ய முடியுமா என மனத்தில் குடைந்தாலும், எதுவும் தோன்றவில்லை. அதே வேளையில் இந்த மேஸ்திரியை ஓர்மமான மனிதரென நினைத்திருந்த இடத்தில் இப்போது 'சீ . . . நீ . . . இவ்வளவுதானா?' என்ற எண்ணம் என்னைச் சமாதானப்படுத்தியது.

ராமு – சுப்பு இருவருக்கும் மாத்திரைகளைக் கொடுத்துக் கொண்டிருந்தபோது ராசு என்ற மூன்றாவது பையன் சிரித்தபடி வந்தான்.

துன்பகரமான நிகழ்வை நகைச்சுவையாகப் பேசுவதைத் தவிர வேறெதுவும் செய்யமுடியாததால், "ஆமா . . . ராசு இங்க

இரண்டு பேரும் அம்பிட்ட போது நீ மட்டும் எப்படித் தப்பினாய்?" எனக் கேட்டேன்.

"அது பெரிய கதை சார். நான் சாமத்தில் ஒண்ணுக்கடிக்க வெளியே சென்றபோது மேஸ்திரி நடு இரவில் தொழுவத்தை நோக்கி வருவதைக் கண்டேன். அதுவும் உடலில் சேர்ட்டோ வேட்டியோ அணியாது ஜட்டியோடு வந்துகொண்டிருந்தார். ஏதோ டேஞ்ஜர் நடக்கப்போகிறது என நினைத்து அப்படியே தொழுவத்திற்குப் பின்பாக அரைமணி நேரம் இருந்துவிட்டு மெதுவாக வந்து அந்த மூலையிலுள்ள வெற்றுக் கோணிப் பைகளின் இடையே போய் முடங்கிவிட்டேன். அவர் என்னை அடுக்கியிருந்த கோணிப்பை என நினைத்துவிட்டார்" என்றான்.

அவனது குழந்தை முகத்தில் விளையாட்டில் வென்று விருது பெற்றது போன்ற மகிழ்ச்சி தெரிந்தது.

6

நீலமேகம்

மாட்டுத் தொழுவத்தில் வேலை பார்க்கும் பையன்களின் சம்பவம் நடந்த பின்பு எனக்கும் மேஸ்திரிக்குமிடையில் இடைவெளி உருவாகிய தென்று சொல்லுவது உண்மையாகாது. முன்பு இருந்த இடைவெளி இப்பொழுது விரிவடைந்து மேலும் அதிகமாகியது. அவர் நான் விரும்பிய மனிதர் அல்லர் என்பது உண்மை என்ற போதிலும், பல விடயங்களைப் பேசுவோம். இரவில் பண்ணையில் தங்கும் நாட்களில் சாப்பிடும்போது, அதிகம் பேசாத கிருஷ்ணனும் அளந்தே பேசும் துரைநாயக்கருமே இருந்த இடத்தில் பல விடயங்களைப் பேசியவர் மேஸ்திரியே. இந்தியாவின் பல பிரதேசங்களுக்கும் போய்வந்தவர். தன்னை உயர்த்திப் பேசும் தன்மை கொண்டவர். வேறு வழியற்றுச் சாப்பிடும் நேரத்தில் அவரது பேச்சைக் கேட்டபடி உணவு சாப்பிடுவோம். பையன்களின் சம்பவம் நடந்தபிறகு எடையைக் குறைக்க உணவை அளவாக உண்பதுபோல் எமது பேச்சுவார்த்தைகள் இருந்தன. அவரும் என்னை நேரடியாகப் பார்த்துப் பேசுவது குறைவு. நான் பையன்கள் பற்றிப் பேசியதை துரைநாயக்கர் அவரிடம் சொல்லியிருக்க வேண்டும். அவருக்குத் தனது விடயங்கள் பகிரங்கமாகியது அவமானமாக இருந்திருக்கலாம். வேறு எதுவும் செய்யமுடியாத நிலையிலிருந்த எனக்கு, இந்த மாதிரியான அவமானம் அவருக்கு அளித்த தண்டனையாக இருப்பது சிறிது மகிழ்ச்சியைக் கொடுத்தது.

அதிகமாகப் பேசி, உரத்த குரலில் மற்றவர்களை அழைத்து அதிகாரம் பண்ணும் அவர், தனது வார்த்தைகளை அளந்தும் மெதுவாகவும் பேசியதால் இனம் புரியாத அமைதி பண்ணையைக் கவ்விக்கொண்டது. மற்றபடிப் பண்ணை சம்பந்தமான எனது விடயங்கள் துரைநாயக்கர் மூலமாக நடந்தது. இந்த மரண வீட்டின் அமைதி அதிக காலம் நீடிக்காது. கறுப்பையா போன்றவர்களால் தொடர்ந்து அமைதியாக இருக்க முடியாது. ஏதோ ஒரு நிலத்தில் புதைத்த கண்ணிவெடியாக வெடிக்கும் என்று உறுதியாக நம்பினேன். அந்தச் சந்தர்ப்பத்தையும் எதிர்பார்த்தேன்.

இந்த அமைதியான காலத்தில், கற்பகத்தின் நினைவுகள், அதிக நாட்கள் நீர் அள்ளாத கிணற்றில் மிதக்கும் பாசியாக மனவோடையில் மிதந்துகொண்டிருந்தது. இதுவரையும் மேஸ்திரி ஏதாவது விதமாக அவளது தற்கொலையில் சம்பந்தப்பட்டிருப்பார் என்று மனத்தில் கட்டிய மணல் கோட்டையை, பெண்களிடம் பழக முடியாதவரென்ற துரைநாயக்கரது கூற்று ராட்சதக் கடல் அலையாகக் கலைத்திருந்தது. நானும் ராமசாமியும் சினிமாவுக்குப் போன அன்று கற்பகம் குளத்தில் நீந்தக்கூடிய பெண் என்று என்னிடம் அவன் சொல்லியிருந்தான். அப்படியானால் எப்படி அவளால் கிணற்றில் குதித்துத் தற்கொலை செய்ய முடியும்? தலைக்காயங்கள் எப்படி ஏற்பட்டன? இந்தக் கேள்விகளுக்கு விடை கிடைக்கவில்லை. எனக்குப் பிடிக்காத மனிதராக இருந்தாலும், தற்போது மேஸ்திரியைக் கொலைக் குற்றம் என்ற விடயத்திலிருந்து விடுதலை செய்வதென முடிவு செய்தேன்.

சில நாட்களில் பண்ணையின் கழிவுகளைச் சேகரித்து, பின்பு அதைப் புல்லுக்கு இறைப்பதற்காகக் குழியை வெட்டி அதில் நீர் இறைக்கும் இயந்திரத்தைப் பூட்டுவதற்கான வேலையைச் செய்வதற்கு ஏற்கெனவே மேஸ்திரி அவரது நண்பரான நீலமேகத்திடம் கொந்தராத்துக் கொடுத்திருந்தார். அதற்கான வேலைகளை நீலமேகத்தின் ஆட்கள் வெளியிலிருந்து வந்து செய்தார்கள். பத்து அடி ஆழத்திற்குக் கிடங்கு கிண்டப்பட்டுச் செங்கட்டி வைத்து, கழிவுநீர் தேங்கி நிற்பதற்கேற்ப சீமெந்தால் கட்டப்பட்டது.

வாரவிடுமுறைக்கு, சென்னைக்குச் சென்று மதியத்தில் வந்த நான், பண்ணை வாசலுக்குச் சென்றேன். அங்கு எதிர்பாராது "சார்" என வந்து என் கையைப் பிடித்தபடித் தொழுவத்தின் மாட்டுணவு அடுக்கிவைக்கப்பட்ட அறைக்கு அழைத்துச் சென்றான் வீரராகவன். அங்கு கையை விட்டவன், எதுவும் சொல்லாது தலையைச் சொறிந்துகொண்டு தொண்டையைக் காறிவிட்டுச் சிறிது நேரம் நின்றான். பின்னர் சிரித்தபடியே

"சொல்வதா, விடுவதா தெரியவில்லை. சொல்லாவிட்டாலும் மனசு கேட்காது சார்" என்றான்

"என்ன பலமாகப் பீடிகை போடுகிறாய். வீட்டில் ஏதாவது பிரச்சினையா?" அவனது முகத்தின் மாற்றங்களை அவதானித்தபடிக் கேட்டேன்.

"அந்தச் சனியனை எப்படிச் சொல்வது என்றுதான் யோசிக்கிறேன். சனிக்கிழமை இரவு கறுப்பையா மேஸ்திரி இரண்டு சிமெந்து மூட்டைகளைக் கொண்டுபோய் நீலமேகத்திடம் விற்றுவிட்டார்", மிகவும் தாழ்ந்த குரலில், ஆனால் மிகவும் அழுத்தமாகச் சொன்னான்.

"உனக்கெப்படித் தெரியும்? நீதானே ஆறு மணிக்கு வீட்டுக்குப் போய் விடுவாயே?" நானும் தாழ்ந்த குரலில், அவனது உணர்வு களில் பங்குகொண்டு கேட்டேன்.

"இரவு படம் பார்த்து விட்டுப் பண்ணையைக் கடந்து தெருவால் சைக்கிளில் போய்க்கொண்டிருந்தோம். நல்ல இருட்டு சார். எங்களது சைக்கிள் வெளிச்சத்தில் ஒருவர் தெரிந்தார். சைக்கிளை விட்டு இறங்கி மெதுவாகத் தள்ளியபடிப் பார்த்தால் கறுப்பையா; தலையில் ஏதோ வைத்தபடிப் பண்ணையிலிருந்து வீதியைக் கடந்துபோய்க்கொண்டிருந்தார். அவர் எங்களைப் பார்க்கவில்லை. காலையில் சீமெந்தில் இரண்டு மூட்டைகள் குறைந்திருந்தன. நான் சீமெந்துகளை வண்டியிலிருந்து இறக்கிய தால் எனக்கு எண்ணிக்கை தெரியும் சார்."

அமைதியாக "அப்படியா?" எனக் கேட்டுவிட்டுச் சிறிது நேரம் தாமதித்தேன். உண்மையான விடயம். வீரராகவன் அளவோடு பேசுபவன். மிகுதி மூட்டைகளைச் சென்று எண்ணினேன். எட்டு மூட்டைகள் இன்னுமிருந்தன.

அவன் பக்கம் திரும்பி "பரவாயில்லை. இரண்டு மூடைதானே. மிச்ச மூடைகள் வேலையை முடிப்பதற்குப் போதுமானவை. அந்தாள் பிழைத்துப் போகட்டும்" என்றேன்.

"இப்படிச் சொல்கிறீர்கள்? ஏதாவது உடம்புக்கு முடியாது என அரைநாள் லீவெடுத்தால் எங்கள் சம்பளப் பணத்தைப் பிடித்துவிடுவார். கேட்டால் பண்ணைக்கு நஷ்டம்தானே என்பார். இது மட்டும் நஷ்டமில்லையா?"

கையை நிலைக்கதவில் வைத்தவாறு மெதுவான குரலில் கேட்டாலும் உள்ளக் கொதிப்பு முகத்தில் தெரிந்தது.

"உண்மைதான். ஆனாலும் இந்தக் கொந்தராத்தை நீலமேகத்திற்குக் கொடுக்கச் சொன்னது மேஸ்திரி. அதற்கான

பணத்தை மனேஜர் நேரடியாகக் கையாள்கிறார். இது அவர்களது பிரச்சினை. இதில் பண்ணை முதலாளிகளுக்குப் பெரிய பாதிப்பு இல்லை. நாம் ஏன் அலட்டிக்கொள்ள வேண்டும்? எனக்குக் குழி ஒழுங்காக இருந்தால் போதும். நீயும் இதைக் கண்டது மாதிரி மற்றவர்களிடம் பேசாதே" என்றேன்.

"நீங்க சொன்னா சரி சார்" என்று வாய் சொன்னாலும், மனத்தில் திருப்தியில்லை என்பது புரிந்தது. என்னைப் பொறுத்த வரை இந்த விடயம் பெரிதானதாகத் தெரியவில்லை. மேலும் இதை வைத்து மேஸ்திரியிடம் கேட்டால், அப்படி இல்லை என்பார். அதன்பின் வீரராகவனை நான் சாட்சிக்கூண்டில் ஏற்ற முடியாது. இதைப் பெரிய விடயமாக மானேஜரிடமும் சொல்ல முடியாது. எந்தப் பிரயோசனமும் வராத ஒரு விடயம். அதேவேளையில் வீரராகவனிடம் ஏற்பட்டுள்ள கோபத்தை மதிக்க வேண்டும் என நினைத்தேன்.

இந்த விடயம் நடந்து சில கிழமைகள் ஆகிவிட்டன. ஒருநாள் மதியத்தில் மாட்டுத் தொழுவத்திலிருந்துவிட்டுப் பண்ணை வீட்டை நோக்கி வந்தபோது வேப்பமரத்தின் கீழ் நரைத்த மீசையுடன், வெள்ளைச் சட்டை, தோளில் ஒரு சரிகைச் சால்வை, வெள்ளை வேட்டி அணிந்த மாநிறத்தில், சிவப்புத் தோலாலான புதிய காலணியுடன் ஒருவர் மேஸ்திரியுடன் நின்றார். அவரது தொந்தி, குனிந்து வேலை செய்யாதவராகவும், உடைகள் பசையானவராகவும் அவரைக் காட்டியது.

"சார், இவர்தான் டாக்டர். நீங்களே கேட்டுக்கொள்ளுங்கள்" என்று கையைக் காட்டிச் சொல்லிவிட்டு வேட்டியைக் கையால் தூக்கியபடி மேஸ்திரி, விலகி வீட்டுக்குள் சென்றார்.

எனக்கு முன்பாக வந்து "நான் நீலமேகம். பண்டூரில் நம்ம வீடுதான் பெரிய வீடு. வயல், நிலம் , மாடு, கன்று எல்லாமிருக்கிறது" என்றவாறு தோளின் இடப்புறத்திலிருந்த சால்வையை மறுபக்கம் போட்டுப் பின்பு கழுத்தைச் சுற்றிப்போட்டார். கழுத்தில் தங்கச்சங்கிலி தெரிந்தது.

சொத்து விபரங்கள் சொன்னபோது, அவரது கண்கள் என்னை நோக்கியிருந்ததுடன், இரவில் போகும் வாகனத்தின் திடீர் வெளிச்சமாக மின்னின. பணத்தைக் கடினமாக உழைத்துச் சேர்த்தவர்கள், அதில் பெருமையும் இறுமாப்பும் அடைவது சாதாரணமானதுதான். ஆனால் இதை எல்லாம் எனக்கு ஏன் சொல்கிறார் என்று நினைத்துப் பேசாமல் தலையை மட்டும் மேலும் கீழும் ஆட்டினேன்.

அவர் எனது தலையாட்டலின் பின்பு இரண்டு அடி முன் வைத்து நெருங்கிவந்து, “உங்களால் ஒரு காரியம் ஆக வேண்டும். பணம் தருகிறேன்” என்று குரலைத் தாழ்த்திக் கூறினார்.

“என்ன செய்ய வேண்டும்?”

“எனது வெள்ளாடு குட்டிபோடக் கஸ்டப்படுகிறது. அதற்கு வைத்தியம் செய்ய வேண்டும்.”

“ஐயா எனக்குத் தமிழ்நாட்டில் மிருக வைத்தியம் செய்வதற்கு அனுமதியில்லை. அதுவும் வெளியே வந்து நான் ஏதாவது செய்வதைப் பற்றி யாராவது தகவல் கொடுத்தால், அது எனக்கு நல்லதல்ல. நீங்கள் பக்கத்திலுள்ள கால்நடை வைத்தியரைப் பாருங்கள்” என அமைதியாகப் பதிலளித்தேன்.

நெஞ்சை நிமிர்த்திக் கையில் கண்ணாடியை எடுத்துக் கொண்டு, “என்ன இப்படிச் சொல்கிறீர்கள்? இந்த ஊரில் என்னை மீறி ஒன்றும் நடக்காது,” தலையைப் பலமாக அசைத்து மீசையைத் தடவினார்.

“இல்லை, இந்தப் பண்ணை நிர்வாகமே எப்படி இங்கிருந்து கொண்டு வெளியே சென்று வேலை செய்யலாமென்று என்னிடம் கேட்கலாம். தயவுசெய்து என்னை விட்டுவிடுங்கள்” மரியாதையாக, ஆனால் வார்த்தைகளுக்கு அழுத்தம் கொடுத்துச் சொன்னேன்.

அவரது உடல் நிமிர்ந்து முறுக்கேறியது. மார்பை முன் தள்ளிக் கொம்புடன் பொருதவரும் காளையாக என்னை முறைத்தபடி “நீ என்ன மனுசன்? என்னை மீறி இந்தப் பண்ணையில் நீ வேலை செய்ய முடியுமா? பார்க்கிறேன்” எனக் கூறிவிட்டுச் சென்றார்.

எதற்கு இவ்வளவு கோபம் என ஆச்சரியத்துடன் பாதையில் மண் சிதற அவர் செல்வதைப் பார்த்தபடி நின்றபோது, துரைநாயக்கர் பண்ணை வீட்டிலிருந்து எனக்கருகில் வந்தார்.

“நீங்கள் செய்திருக்கலாம்தானே? அன்று ராணிக்குப் போய் மருந்து கட்டினீர்களே?” என்றார்.

உள்ளே சென்ற மேஸ்திரியின் காதில் சொல்லியிருக்கலாம். ஆனாலும் நான் துரைநாயக்கருக்கு எனது நிலையைப் புரிய வைக்க வேண்டும்.

“அவர்கள் இந்தப் பண்ணையில் வேலை செய்பவர்கள் என்பதால் அவர்களுக்கு உதவவேண்டிய கடமை எனக்கு உள்ளது. மேலும் இவர் பணவசதியுள்ளவர். இவராலே வேறு ஒரு மிருக

வைத்தியரை அழைத்துக்கொள்ள முடியும்” என்று சொல்லி விட்டுச் சென்றேன்.

ഠ

மாலை நான்குமணியளவில் பால் கறக்கவரும் ராமசாமி, “சார் அவசரமாக வாருங்கள்” என்றான். வழக்கமாக அவன் பால் கறக்கக் கொண்டுவரும் கயிறில்லை. கிட்டத்தட்ட ஓடிவருவது போல் வந்ததால் அவனது நெஞ்சு ஏறி இறங்கியது.

“என்ன தலைபோகிற அவசரமாக ஓடிவருகிறாய்?”

“என் மாமாவின் மகள், உங்களுடன் பேசுவதற்காகப் பண்ணை வாசலில் நிக்கிது.”

“என்ன பேச?” என்றவாறு அவனுடன் நடந்தேன்.

“அதோட ஆடு குட்டிபோட கஸ்டப்படுகிறது.”

இருவரும் இரும்புக் கதவை அடைந்தபோது, கதவருகில் உயரமான இருபது வயதுப் பெண் நின்றாள். வட்டமான முகம். பொன்னிறம். ஆனால் அந்த வெளிறிய முகத்தில் சோகம் படர்ந்திருந்தது. மஞ்சள் வண்ணப் புடவை தளர்ச்சியாகச் சுற்றப்பட்டுத் தோள்மீது இழுத்துத் தலையையும் கழுத்தையும் மூடியிருந்ததால் வயதைக் கூட்டிக் காட்டினாலும், முகம் மட்டும் முழு நிலவாக வெளிவந்து கல்லூரிப் பெண்ணாகக் காட்டியது.

“என்னம்மா?”

“சார் எனது எனது ஆடு ... குட்டி அரைவாசி வெளியில் வந்து கால்கள் தெரிகிறது, வராமலும் இருக்கிறது. தயவுசெய்து உதவவும். குட்டியும் தாயும் எனக்கு வேண்டும். உயிர் தப்ப வேண்டும்.”

வார்த்தைகள் கடித்துத் துப்பப்பட்டதுபோல் துண்டுகளாக வெளிவந்தாலும், கர்நாடக சங்கீதப் பாடலாக ஏறி இறங்கி வந்தன. வார்த்தைகள் நேயர் விரும்பம்போல் இரண்டாவது தடவையும் கேட்க வேண்டுமென நினைக்க வைத்தன. இவ்வளவு அழகிய பெண், காட்டில் நிலவாக இந்தச் சிறிய கிராமத்தில் இருக்கிறாளே?

என் பதிலை எதிர்பாராது முன்னால் நடந்தாள். மந்திரத்துக்குக் கட்டுப்பட்டவனாக அவளைத் தொடர்ந்தேன். என் பின்னால் ராமசாமி. அவள் உட்சென்ற வீடு, சமீபத்திய மழையில் கருமையாகப் பாசிகள் படிந்த மதிலுடன் கூடிய பெரிய நாற்சார் ஓட்டு வீடாகத் தெரிந்தது. அந்த ஊரில் அதுவே பெரிய வீடு. அவளைத் தொடர்ந்து துருப் பிடித்த இரும்புக் கதவூடாகச் சென்றபோது வீட்டின் பின்பக்கத்தில்

பல மாடுகள் நீளக் கொட்டிலில் கட்டப்பட்டிருந்தன. சிறிது தூரத்தில் ஆள் உயரத்துக்குமேல் வைக்கோல் போர். அதையடுத்துச் சிறிய பனையோலைக் கொட்டில் ஒற்றைக் காலில் தனியாக இருந்தது. அங்கு கருமையான முகத்தில் இரு பக்கமும் வெள்ளைக் கோடாக அமைந்து நீண்ட காதுகளுடைய ஒரு மறி ஆடு கயிற்றில் கட்டப்பட்டிருந்தது. நெருங்கிப் பார்த்தபோது அதன் ஜனன வாயிலில் பின்னங்கால்கள் இரண்டும் வந்தபடிப் பாதி உள்ளும் பாதி வெளியிலுமாக ஆட்டுக் குட்டி இருந்தது. வழமையாக ஆட்டின் குட்டியை எடுப்பது கடினமானது. மாடுகளாக இருந்தால் கையை விட்டு எடுக்க முடியும். இங்கு விரல்களால் முயற்சி செய்யவேண்டும். ஏற்கெனவே இந்த ஆட்டில் பெரிய பகுதி வெளியே தள்ளப்பட்டு இருந்தாலும், குட்டி காய்ந்து போனதாலும், குட்டியின் உரோமம் எதிர்த்திசையில் இருந்ததாலும் தாய் ஆடு அதனை வெளித்தள்ள முடியாது தவிக்கிறது.

கையில் எதுவும் கொண்டுவரவில்லை. என்ன செய்வது?

சமைக்கிற கடலை எண்ணெயைக் கொண்டுவரும்படிச் சொன்னேன். ராமசாமியை ஆட்டைப் பிடிக்கச் சொல்லிவிட்டு, ஆட்டின் பின்பகுதியை வாளித் தண்ணீரால் அலசிக் கழுவி விட்டேன். அந்தப் பெண் எண்ணெய்யைக் கொண்டு வந்ததும், அதிகமாகக் கையில் எடுத்து ஜனனவாயிலில் தடவிவிட்டு, விரல்களால் நீவி, உள்ளேயும் தடவியபடி மறுகையால் இழுத்தபோது தாய் ஆடும் பலமாக முக்கியது. அந்த முக்கலில் எனது கையில் தாயின் புதிய பதிப்பாகக் குட்டி உயிருடன் கையில் வந்து விழுந்தது. வாயைத் திறந்து காற்றை அருந்த விரும்பிய குட்டியை ராமசாமியிடம் கொடுத்து, அதன் முகத்தைச் சுத்தப்படுத்திக் கைகளால் சூடாக்கும்படிச் சொன்னேன். தாய் ஆட்டை என் கால்கள் மத்தியில் நிற்கவைத்துக் குனிந்து அதன் வயிற்றைக் கையால் பலமுறை அழுத்திப் பார்த்தபோது வேறு குட்டிகள் எதுவும் கைகளுக்குத் தென்படவில்லை.

“கொஞ்சம் பெரிய குட்டி. ஒத்தைக் குட்டி போலிருக்கு. எதற்கும் சில மணிநேரம் பாருங்கள், மீண்டும் ஏதாவது பிரச்சினை என்றால் என்னிடம் சொல்லுங்கள்” என்று சொல்லிவிட்டுக் கைகளைக் கழுவினேன்.

“அது கிடாய்க் குட்டி” என்றான் ராமசாமி.

“உங்களுக்கு நன்றி. ஏதாவது . . .” என்று சொல்லியபோது அவளது கண்கள் கலங்கியிருந்தன.

“எனக்கு எதுவும் வேண்டாம். உங்கள் தந்தையார் பணம் தருவதாகப் பேரம் பேசியதால் நான் வர மறுத்தேன்.

உங்கள் நன்றியை ராமசாமிக்குச் சொல்லுங்கள்" என்றுவிட்டு வெளியே வந்தபோது, வீட்டிலிருந்து இரண்டு மாம்பழங்களைக் கொண்டுவந்து ராமசாமியிடம் அந்தப் பெண் கொடுத்தாள்.

வெளியே வந்ததும் ராமசாமி "கமலத்தை நான் கல்யாணம் பண்ணிக்க இருந்தேன். அது ஒரு வேறுசாதி பையனைக் காலேஜில் காதலித்திருக்கிறது. வீட்டுக்குத் தெரியாம அவனுடன் தாலிகட்ட மகாபலிபுரம் அருகே ஒரு கிராமத்துக்கு போயிருந்தது. அந்தப் பையனை நீலமேகத்தின் ஆட்கள் அடித்துக் கொலை செய்துவிட்டார்கள். கமலம் திருமணம் செய்யவில்லை. இந்த ஆடு அந்தப் பையன் கொடுத்தது. அதனால்தான் அதுக்கு உயிர். அது அழுதபடி உன்னைக் கூட்டிவரச் சொல்லிச்சு. நீலமேகம் கேட்டபோது நீ மறுத்துவிட்டாயாம்."

"இவ்வளவு அழகான பொண்ணான கமலத்தை யாருமே திருமணம் செய்ய வரவில்லையா?"

"பலர் வந்தாங்க. ஆன இதுதான் வாணாமெண்டிருச்சு. அதனால அப்பனுடன் பேசுவதில்லை."

"எவ்வளவு காலத்திற்கு முன்பாக அது நடந்தது?"

"மூணு வருசம் சார்."

"இந்த நீலமேகத்துக்கு அவ்வளவு சாதி வெறியா?"

"சாதி மட்டுமல்ல, மிகவும் திமிர் பிடித்தவன் சார். எனக்குத் தாய் மாமன். ஏதாவது காரணம் பார்த்துக்கொண்டிருக்கிறேன் உதைப்பதற்கு. உடம்பு முழுக்கக் கொழுப்பு சார். கமலம் அந்தப் பையனோடு இருந்தபோது இந்த ஆடு அங்கு வளர்ந்தது. அவன் இறந்த பின் ஒரு நாள் என்னிடம் வந்து கெஞ்சியது, அந்த ஆட்டை எடுத்து வந்து தரும்படி. கண்ணீரைப் பார்த்து நான் மகாபலிபுரம் போய் ஆட்டோவில் எடுத்துவந்து கொடுத்தேன். அந்த ஆட்டை வளர்ப்பதற்காகக் கமலத்தை திட்டிக்கொண்டிருக்கிறான் அந்தப்பாவி. அந்த ஆட்டை இரண்டு வருடமாகக் கிடைக்கு விடாமல் வைத்திருந்தான். அந்தாளு இல்லாத நேரம் பார்த்து நான்தான் சார் அதைக் கிடைக்கு இட்டாந்து கொடுத்தேன். அதுதான் என்னால் பொறுத்துக்க முடியல. யாரோ ஒருத்தர் மேல இருக்கும் கோபத்தை இந்த வாயில்லா மிருகத்தின்மீது காட்டுறான் சார். அதுதான் பொறுக்க முடியல. அதுகளால்தான் எனக்குச் சோறு கிடைக்கிறது இல்லயா?"

"அவர்தானே இந்த ஆட்டை வந்து பார்க்கச் சொல்லிக் கேட்டது? ஏதோ கருணையிருந்தபடியால்தானே?"

"நம்பமாட்டேன் சார். அந்த ஆட்டை எப்ப கறிக்கடைக்குக் கொடுக்கலாம்னு அலையிறான். அவனுக்காவது கருணையாவது? அத்தையும் கமலமும் அழுதபடியிருந்தபோது, வீட்டில் சமையல் இல்லை, தேவடியாளுங்க அழுதபடியிருக்காளுங்க எனச் சொல்லிவிட்டுக் காலையில் உங்களிடம் வந்திருக்கார். நீங்கள் வரமாட்டீர்கள் எனத் தெரியும். ஏற்கெனவே கறுப்பையா சொல்லியிருப்பார். தன்னில் பிழை இல்லை. உங்களைக் கேட்டதாக வீட்டில் சொல்லியிருப்பார்."

ஆட்டுக்குட்டியைக் கையில் எடுத்ததும் தாய் ஆட்டைப் பரிசோதிக்கும் வரையும் கையில் வைத்திருந்த ராமசாமி, "சார், நீ காப்பாத்தின இந்தக் குட்டிக்குப் பெயரை வைத்துக் கமலத்திடம் கொடு சார்" என்றான். சடுதியாகப் பெயரை வைக்கச் சொன்னதும் தடுமாறினேன். அவனது முகத்தைப் பார்த்தபோது, "வேலன் என்று பெயர் வை சார்" என்றான். நானும் சங்கடத்தில் இருந்து தப்புவதுபோல் "வேலன்" என்று சொல்லி அந்தப் பெண்ணிடம் கொடுத்தேன்.

"கறுப்பையாவும் நீலமேகமும் ஒரே மாதிரியான ஆட்கள்தான். அதுதான் இருவருக்கும் ஒத்துப்போகுது" என்று சொல்லியபடி நான் பண்ணை வீட்டுக்குச் சென்றபோது, "சார் வேலழகன் என்பது கமலத்தின் காதலன்" என்று சொல்லிவிட்டு, தொழுவத்திற்குப் பால் கறக்கச் சென்றான் ராமசாமி.

அப்போதுதான் பார்த்தேன். கமலத்தின் அழகிய சிவந்த கைகள் அப்படியே அந்தக் குட்டியை மூடிக்கொண்டு, நேராக என் முகத்தைப் பார்த்து மெதுவாக இதழ்கள் பிரித்து 'தாங்க்ஸ்' என்றாள். வார்த்தை காற்றில் தவழ்ந்து வந்தாலும் எனது காதை அது அடையவில்லை. உதடுகள் பிரிந்து நுனி நாக்கு வெளிவந்ததைப் பார்த்து ஊகித்துக்கொண்டேன்.

கமலம் மூக்கும் முழியுமாகச் சிவந்த நிறத்தில் இருக்கிற பெண். வாழ்க்கை முழுவதும் இப்படித் தனிமையாக வாழ்வதா? ஒரு பெண்ணின் கணவனைச் சாதியின் பேரால் கொலை செய்திருக்கிறார்கள்! எவ்வளவு கொடுமையானது? நீலமேகம் என்னிடம் பெருமையாகச் சொன்ன ஓட்டு வீடு, வயல், மாடுகள் எல்லாமிருந்தும் என்ன பயன்? நீலமேகம் தனது சொந்த மகளுக்கு இழைத்த கொடுமைகளைப் பற்றிய கவலை அவரிடமில்லை. சாதி ரீதியாக வளர்ந்ததால் அவர் மனத்தில் கொலைகூட நியாயமானதாகத் தெரிகிறது. கறுப்பு அடிமைகள் தப்பிச்சென்றால் கொலை செய்வதற்கு அமெரிக்கர்களுக்கு அதிகாரமிருந்தது. அதுபோல் பண்ணை அடிமைகளை ரஷியாவில் பல காலமாக எதுவும் செய்ய முடியும். அவர்களை மனிதர்களாகக்

கணக்கெடுப்பதில்லை. அது போன்ற அளவில் இல்லாதபோதும், இந்தச் சாதி முறை, அன்பு, காதலை, காலில் போட்டுக் கசக்குகிறது. இதனால் நட்டம் எல்லோருக்குமே. தந்தையைத் தனது ஜென்ம எதிரியாகவே கமலம் வாழ்வு முழுவதும் நினைப்பாள். அவரது ஓட்டு வீடு, வயல், மாடுகள் கமலத்தைப் பொறுத்தவரை அவளது ஆட்டின் மயிரைவிடப் பெறுமதியற்றது. சாதியைக் காப்பாற்றிய நீலமேகத்தின் இழப்புகள் எவ்வளவு பெரிதானது? இவ்வளவு முட்டாள்த்தனமாக இருப்பதற்கு இந்தச் சாதிவெறி என்ற சேற்றில் வாழ்வதே காரணம். நீலமேகம், குஷ்டரோகம் பிடித்த ஒருவரைவிடப் பரிதாபத்திற்குரிய மனிதராகத் தெரிந்தார்.

அந்த ஆட்டுக்குட்டிக்கு வேலன் என்று ராமசாமி பெயர் வைக்கச் சொன்னதின் மூலம் கமலத்தின் காதலனது பெயர் சுருக்கப்பட்டிருக்கிறது. இது கமலத்தின் விருப்பத்தோடு நடந்ததா? இல்லை ஒரு குறும்புக்காக ராமசாமி வைத்ததா? கமலத்தோடு இருந்த அரைமணி நேரத்தில் அவள் முகத்தில் சிரிப்பைக் காணவில்லை. ஆனால் வேலன் என்ற பெயரைச் சொல்லியபோது உதடு அவிழ்ந்தது, காதலன் பெயரைக் கேட்டதால் இருக்கலாம். ஆனால் இந்தப் பெயரைக் கேட்க இருக்கும் நீலமேகத்தின் நிலைமையை நினைத்துப் பார்க்காமல் இருக்க முடியவில்லை. தினமும் கல்லெறிபட்டுக் காயப்படும் நாகப் பாம்பாகச் சீறியபடி இருக்கப்போகிறார். கமலமும் ராமசாமியும் இணைந்து அவரைச் சித்திரவதை செய்யப்போகிறார்கள். ஆனாலும் வேலழகனின் கொலைக்கு அவர்தான் காரணமெனில் அவருக்கு இந்தத் தண்டனை போதாது.

மீண்டும் தொழுவத்திற்குப் போனபோது ராமசாமி பால் கறந்தபடியிருந்தான். திரும்பியவன் “சார் இந்தப் பொன்னி மாடு சினைக்கு வரும்போல் இருக்கிறது” என்றான்.

அருகே சென்று பார்த்தபோது, பொன்னி என்ற அந்த ஜேர்சி மாட்டின் ஜனனவாயில் பெரிதாக இருந்தது. அங்கிருந்து எதுவும் வடியவில்லை.

“இப்போதுதான் ஆரம்பமென நினைக்கிறேன்.”

“அப்போ நாளை பார்ப்போம்.”

“இல்லை, பால் கறந்தபின் ஒருக்கா மூக்கனை ஏறவிட்டுப் பார்ப்பம். இன்றைக்கும் நாளைக்கும் மூக்கன் ஏதும் செய்யாதபோது மானேஜரிடம் சொல்லி வித்துடலாம்.”

ராமசாமி பால் கறந்து முடிந்ததும், தனிப்பட்டியில் பொன்னியை விட்டுவிட்டு மூக்கனை அங்கு கொண்டு சென்றோம். எதிர்பார்க்காதவாறு, பல நாட்களுக்குக் கட்டியிருந்து

அவிழ்த்துவிட்ட வேட்டை நாயாகப் பொன்னியில் பாய்ந்ததுடன் காற்றில் வீசிய ஈட்டிபோல் ஆண்குறியைப் பொன்னியின் ஜனனவாயிலில் செலுத்தியது. பார்ப்பதற்கு அதிசயமாக இருந்தது. அன்று சிவப்பியை நக்கி மட்டும் பார்த்தது. பொன்னியை நக்கியோ மணந்தோ பார்க்காது நேரடியாக வேலையில் இறங்கிவிட்டது. விலக மறுத்த மூக்கனைப் பொன்னி விலக்கித் தள்ளியது. ஆனால் மூக்கன் அந்த இடத்தை விட்டு விலக விரும்பாமல் நின்றது.

"இன்று இப்படி பண்ணு? காளைகளும், மனிதர்கள்போல் பசுக்களை விரும்பித்தான் ஏறுகிறதா?" எனக் கூறியவாறு வாயைப் பிளந்தபடி நின்றான் ராமசாமி.

"ஆச்சரியம்தான். சரி நாளைக்கும் ஒருமுறை விடுவோம். இப்போது மூக்கனை இழுத்துக்கொண்டுபோய்க் கட்டு."

"சார் உன்கிட்ட ஒண்ணு கேட்கணும்."

"கேளு."

"நான் கண்ணாலம் கட்டி நாலு வருடமாகிவிட்டது. ஒன்றும் விசயம் நடக்கவில்லை. டாக்டரிடம் காட்டினாலும் ஒன்றுமில்லை என்கிறார்."

"உண்மையாகவா?" நம்பிக்கை இல்லாததுபோல் கண்களை விரித்துக் கேட்டேன்.

"ஏன் சார் பொய் சொல்கிறேன்?"

"இல்லை, நேரம் காலமெல்லாம் பொறுத்திருக்கு."

"அதெல்லாம் டாக்டர் சொன்னார் சார்."

"நான் பார்த்திருக்கிறேன். ஐந்து – பத்து வருடங்கள் பின்பும் குழந்தை உண்டாகிறது. ஏன் அவசரப்படுகிறாய்? உனக்கு வயதிருக்கே?"

"என்னைவிட எங்கம்மா அவசரப்படுது, பேரப்பிள்ளை வேணுமென."

"உனது மனைவியை செக் பண்ணினாய். உன்னைச் செய்தாயா?"

"என்னா சார், இப்படிச் சொல்லுற? எவ்வளவு ஸ்ட்ராங்காயிருக்கேன்."

"எதற்கும் உன்னையும் செக் பண்ணிப் பார்க்கிறது நல்லது. ஆண்களுக்கு விந்து எண்ணிக்கை குறைவாக இருக்கலாம்."

"இன்னா சார் உன்னிடம் யோசனை கேட்டால் என்னில் பிழை சொல்கிறாய்?"

"இரண்டுபேரையும் செக் பண்ணுவது நல்லதென்றுதான் சொல்லுகிறேன்."

ராமசாமிக்குப் பதில் கூறியபோதிலும், அன்று சிவப்பி சினை தேடியபோது மூக்கன் ஏற மறுத்தது, ஆனால் இன்று பொன்னியில் வேகமாக ஏறியது எப்படி? காளைகளும் மனிதர்கள்போல் வித்தியாசங்களைப் பார்க்கும் என ராமசாமி கூறியதில் நம்பிக்கையில்லை. அன்று சிவப்பியின் சினை தேடல் ராமசாமியால் அறிய முடியவில்லை.

கற்பகம் வந்து சினைக்கு அடையாளம் காட்ட, மூக்கன் ஏற மறுத்ததில் ஏதாவது தொடர்பு இருக்க வேண்டுமென்ற எண்ணம் நெஞ்சில் துளிர்விட்டது.

7

வீரராகவன்

“காலம் முழுவதும் உடுக்கச் சீலையும் தலைக்கு எண்ணெய்யும் கொடுக்கத் தயாருன்னாலும் பார்வதி கேட்கமாட்டேங்குது சார். எப்பிடி சமாளிக்கிறதுன்னு தெரியல.”

திடீரென அந்த வார்த்தைகள் வீரராகவனிட மிருந்து வந்தபோது எனக்கு அதிர்ச்சியை அளித்தாலும், ஆச்சரியத்தை அளிக்கவில்லை. என்றாலும் வார்த்தை களால் பதில் கொடுக்க முடியாது ஊமையானேன். அந்த நேரத்தில் அதையே என்னால் செய்ய முடிந்தது.

பொங்கல் வந்ததால் ஒரு கிழமை விடுமுறை எடுத்துக்கொண்டு இராமநாதபுரத்தைச் சேர்ந்தவர் களாகிய மேஸ்திரி, ராமநாயக்கர், கிருஷ்ணன் மூவரும் ஊருக்குப் போய்விட்டார்கள். நான் மட்டுமே பண்ணை வீட்டிலிருந்தேன். இரவு நேரங்களில் வீரராகவன் வந்து தங்குவான். இலங்கையே பொங்கியபடி இருந்ததால், அங்கிருந்து தப்பிவந்த எனக்கு, பொங்கல் பெரிய கொண்டாட்டமில்லை. பொங்கல் தினம் மட்டும் வீட்டிற்குப் போய்வருவோமென நினைத்தேன். ஆனால் பண்ணையில் மற்றவர்கள் இல்லாததால் பண்ணை விடயங்களைக் கவனிக்க வேண்டியது எனது பொறுப்பென்று நானே முடிவு செய்தேன்.

வீரராகவன் வீட்டிற்குச் செல்லவில்லை. துணைக்காக எனது அறையின் நிலத்தில் ஒரு பாயில் படுத்திருந்தான்.

ஏற்கெனவே நான் அறிந்திருந்த விடயம்தான். அவனுக்குத் திருமணமாகி ஆறு வருடங்கள் ஆகியும் குழந்தை இல்லை. அதற்காக இரண்டாம் தாரமாக மாமா பெண் சுமதியைத் திருமணம் செய்யும்படித் தாய் வலியுறுத்துவதாகவும் அதற்கு மனைவி பார்வதி எதிர்ப்பு காட்டுவதையும் ஏற்கெனவே கேள்விப்பட்டிருந்தேன். சில வருடங்களில் குழந்தை பெறாதபோது அழுக்கான தலையணை உறையை மாற்றுவதுபோல், இரண்டாம் தாரமாகக் கிராமங்களில் மணப்பது வழக்கம்.

இலங்கையில் பெண் குழந்தைகளோடு ஒட்டியபடிப் பெற்றோர்கள் வாழ்கிறார்கள். சொந்தக் குடும்பத்திலே, பெற்றோர் மகளுடன் இருக்கும் கலாச்சாரத்தைப் பார்த்த எனக்கு, தமிழக நடைமுறை வித்தியாசமாக இருந்தபோதும் எது சரி, எது தவறு என்று சொல்ல முடியவில்லை. நில உடைமையுள்ள குடும்பங்களில் விவசாய நிலங்கள் சிதறாமல் இருக்க வேண்டும்; அதற்குப் பெற்றோர்கள் ஆண்பிள்ளைகளில் தங்கி வாழ்வது முக்கியமான காரணமெனப் புரிந்துகொண்டேன். பொருளாதாரமே சமூக உறவுகளைத் தீர்மானிக்கிறது.

வீரராகவன் நல்ல மனிதன். மற்றவர்களாயிருந்தால் குழந்தையில்லாதபோது மனைவியைத் தாய் வீட்டுக்கு அனுப்பி வைப்பார்கள்; அல்லது கொடுமைப்படுத்துவார்கள். இங்கு அவன் பார்வதியைத் தொடர்ந்து பராமரிப்பேன் என்கிறான். ஆனால் அவன் கேட்ட விதம் எனக்கு அதிர்வைக் கொடுத்தது. தலைக்கு எண்ணெய்யும் உடுக்கத் துணியும் மட்டுமே பெண்ணின் தேவையா? இல்லையென்றால் என் மனைவியைக் கைவிடாமல் பாராமரிப்பேன் என்பதன் கிராமத்துப் படிமமான சொல்வழக்கா?

"எப்படி ஒரு பெண்ணால் இதை ஒத்துக்கொள்ள முடியும்? என்னால் ஒத்துக்கொள்ள முடியாதபோது, எப்படி பார்வதி யால் ஏற்க முடியும்?"

"எல்லா டாக்டர்களிடமும் காட்டியும் பிரயோசனம் இல்லை என்னத்தைச் செய்யறது? நாளைக்கு, வயசான காலத்தில் எனக்குக் கஞ்சி காச்சிக் கொடுக்க ஒரு பிள்ளையோ பெண்ணோ இல்லாமல் போய்விடுமென்று அம்மா ஏசியபடியிருக்கிறது. பார்வதியை, அம்மா வீட்டுக்குப் போ என்று நான் சொல்ல மாட்டேன். சாகும்வரைக்கும் கஞ்சியோ கூழோ எங்களோடு இருந்து குடிக்கட்டும். இதற்குமேல் நான் என்ன செய்ய முடியும்? நீங்களே சொல்லுங்க?" சமவெளியில் ஓடும் ஆற்று நீராகச் சலசலப்பின்றித் தெளிவாக வந்தன வார்த்தைகள்.

அன்று ராமசாமியிடம் உன்னை டாக்டரிடம் பரிசோதி என்று சொல்ல முடிந்த என்னால், வீரராகவனிடம் சொல்ல

முடியவில்லை. ராமசாமி என்னிலும் வயது குறைந்தவன். ஆனால் வீரராகவன் ஐந்து வயது மூத்தவன். மேலும் அன்று காளை மாட்டைப் பற்றிப் பேசும்போது சொல்வதற்கான சமய சந்தர்ப்பம் ராமசாமியிடம் இருந்தது. ஆண்களுக்குத் தங்களிடமும் குறைகள் இருக்கலாமென்பது இலகுவில் புரியாத விடயம். ஆண்குறியையும் குழந்தை பிறப்பையும் ஒன்றாக நினைக்கிறார்கள். அந்த அர்த்தத்தில்தான் அன்று ராமசாமி தான் நன்றாக இருக்கிறேன் என்று உறுதியாகக் கூறினான்.

“சார், பார்வதியோடு நீ பேசினால் என்ன?” என்றவாறு அமெரிக்கா, ஜப்பானில் வீசிய அணுகுண்டை என்மீது தூக்கியெறிந்தான்.

“அதைக் கேட்காதே. அந்தப் பெண்ணிடம் எப்படி என்னால் முடியும்?”

“இல்லை சார், உன்னைப் பற்றி அதுக்கு நல்ல மதிப்பு உள்ளது. அதுதான் கேட்டேன்.”

“அது சரி, ஆனால் இதை என்னால் செய்ய முடியாது.”

ஆண்களிடமே பேச முடியாத விடயத்தைப் பெண்ணிடம் பேசும்படிக் கேட்டதில் வீரராகவனின் ஆற்றாமை எனக்குத் தெரிந்தது.

❍

ஒருநாள் மதியத்தில் இரண்டு நரிக்குறவர்களை ராமசாமி கூட்டிக்கொண்டு வந்தான். அதில் ஒருவரின் கைகளில் நீண்ட துப்பாக்கியிருந்தது.

“சார் இந்தப் பண்ணையில கொக்கு சுட முடியுமான்னு இவங்க கேட்டாங்க. சாரிடம் கேட்கலாமின்னு கூட்டிவந்தேன்” என்றான் ராமசாமி.

பறவைகளைச் சுடுவதில் விருப்பமில்லை. ஆனாலும் இவர்கள் இந்தத் துப்பாக்கியால் எப்படிச் சுடுகிறார்களெனப் பார்ப்போம் என நினைத்தேன். தமிழ்ப் படங்களில் காட்டப்படும் நரிக்குறவர்கள்போல் இறக்கைகள் பாசிமணிகள் போன்ற அலங்காரமெதுவுமற்றுச் சாதாரண அயல் கிராமத்தவர்கள்போல் லுங்கி, சேட் அணிந்து தோற்றமளித்தார்கள்.

சம்மதமென்று சொன்னதும் கிணற்றருகே சென்று வேப்பமரத்தின் உச்சிக் கிளையில் அதிகாலையில் பக்கத்துக் குளத்தில் கிடைத்த மீனைத் தின்றதால் சோம்பல் முறித்துக் கொண்டிருந்த தனிக் கொக்கை நோக்கி ஒருவன் சுட்டான். உச்சிக்கிளையில் இருந்த கொக்கு மற்றைய கிளைகளில் அடிபட்டுப்

பந்தாகத் தெறித்து நிலத்தில் விழுந்து, சிறகை அடித்தபடித் துடித்தது. அடிபட்டு விழுந்த ஒலி எனது இதயத்தில் ஏறிய முள்ளாகியது.

சுடாத நரிக்குறவன், வேகமாகச் சென்று குனிந்து அந்தக் கொக்கை ஒரு கையிலெடுத்து அதனது தலையை மறுகையால் மதுப் போத்தல் மூடியாக அவசரமாகத் திருகியபோது அதனது துடிப்பு அடங்கித் தலை தொங்கியது.

எதற்காகக் கொக்கைச் சுடச் சம்மதித்தேன்? அந்தக் கொக்கு எனக்கு என்ன பாவம் செய்தது? மிருக வைத்தியராக, மிருகங்கள் பறவைகளின் வலியைக் குறைக்கும் தொழிலைச் செய்துகொண்டு, எனது ஆவலுக்கு அநியாயமாக ஓர் உயிரைப் பலியாக்கிய என்னை நொந்துகொண்டேன்.

ராமசாமியின் மேல் ஆத்திரத்துடன் "இவர்களைப் போகச் சொல்லு" என்றேன்.

அவர்கள் தயங்கியபடி நின்றபோது, ராமசாமி "சில்லறை ஏதாவது கொடு சார். அப்பத்தான் போவார்கள்" என்றான்.

பத்துரூபாவைக் கொடுத்தபோது அந்தக் கொக்கை அவர்கள் என்னிடம் தந்துவிட்டார்கள். அநியாயமாகச் சுட அனுமதியளித்து விட்டேன். எனது மனச்சாட்சி கண்ணீர் விட்டது. ஆனால் கொக்கின் இறைச்சியை வீணாக்குவது பாவம். அதை உண்பதே இதற்குப் பரிகாரம் என எனது மிருக வைத்திய அறிவு கூறியது.

மதியத்துக்குக் கொக்கை உணவாக்குவோம் என நினைத்து, ஏற்கெனவே சுட்டுப்போட்ட கொக்கை எடுத்துச்சென்று, சவுக்கந்தோப்பில் ஒரு மரக்கிளையில் தொங்கவிட்டு உரித்தேன். படிக்கிற காலத்தில் பறவைகளை போஸ்மோட்டம் செய்த அறிவு உதவியது.

நரிக்குறவர்களுக்குப் பத்து ரூபா கொடுத்து வாங்கிய கொக்கில், உள்ளங்கை அளவுகூட மாமிசமில்லை. அந்தப் பணத்தில் அரைக்கிலோ ஆட்டிறைச்சியோ இரண்டுகிலோ மாட்டிறைச்சியோ வாங்கியிருக்கலாம் என்ற பொருளாதாரச் சிந்தனை வந்து அலைக்கழித்தது. இறைச்சியை அரிந்துகொண்டிருந்தபோது ராணி, தான் சமைக்கிறேன் எனச் சொல்லிச் சமைத்தாள். ஏற்கெனவே ராணியின் கருவாட்டுக் கறியை ருசித்ததால் நம்பிக்கையிருந்தது.

மதிய உணவின் அரைவாசி உணவை உண்டுகொண்டிருந்த போது, கொக்கிறைச்சியின் மொச்சை மணத்தால் வந்த நினைவுகள், மனத்தில் தங்கியிருந்து உடலுக்குள் சென்று, இரைப்பையின்

உட்பகுதியைக் குடைந்து வெளியே வாந்தியாகக் கொண்டு வந்தது. வெறும் சோற்றை வெங்காயத்துடன் சாப்பிட்டுப் பசியை அடக்கிய பின்பு மாலையில் சென்னையிலிருந்த எனது வீட்டுக்குச் சாப்பிடச் சென்றேன்.

அடுத்த நாள் வரும்போது தாம்பரத்தில் ஒரு இஸ்லாமியரது கடையில் ஐந்து ரூபா கொடுத்து ஒரு கிலோ மாட்டிறைச்சி வாங்கிக்கொண்டு பண்ணைக்கு வந்தேன். பெண்கள் வழக்கம்போல் இறைச்சியைச் சமைத்துவிடுவார்கள் என்ற நம்பிக்கையில் கேட்டபோது, "சார் மாட்டுக்கறி சமைக்கமாட்டோம்" என்றார்கள். ஏமாற்றத்துடன் கறிவைத்து உண்டேன். மாட்டுக்கறியைச் சமைத்தபோது அது எதுவும் என்னைச் செய்யவில்லை. எல்லாம் பழக்கம்தான்.

❍

பொங்கல் அன்று எவருக்கும் பண்ணையில் வேலையில்லை. பால் கறக்கும் ராமசாமி வழமைபோல் வந்து பால் கறந்தான்.

தமிழ்நாட்டில் பொங்கல் மட்டுமே விசேசமான நாள். பொங்கலன்று வாகன ஓட்டங்கள் குறைந்துவிடும். அதனால் பொங்கல் முதல் நாள் மாலை சென்னைக்குப் போய்விட்டேன். பண்ணையில் பால்க்கார ராமசாமியையும் தொழுவத்தில் வேலை செய்யும் பையன்களையும் தவிர வேறு எவரும் வேலை செய்யவில்லை. அதிலும் ராசு ஒருவனே வேலை செய்தான். மற்ற இருவரும் வீட்டுக்குச் சென்றுவிட்டார்கள். இரண்டு இரவுகள் பண்ணையில் வீரராகவன் படுத்திருந்தான்.

அடுத்த நாள் மாட்டுப் பொங்கலன்று நான் திரும்பிவந்து நான்குமணிக்கு எல்லோரையும் வீடு போகச் சொல்லியதுடன் ஒவ்வொருவருக்கும் பத்து ரூபாவை அன்பளிப்பாகக் கொடுத்தேன். அவர்கள் எல்லோரும் வாங்க மறுத்துவிட்டார்கள். அது என் மனத்தில் அரித்தது. சிறுவயதில் பொங்கல், வருடப்பிறப்பு நாட்களில் உறவினர்களும் தெரிந்தவர்களும் வீட்டில் வேலை செய்பவர்களும் எனது தாத்தாவின் கையால் பணம் வாங்கு வார்கள். அதனால் வாங்குபவர்களுக்கும் கொடுப்பவர்களுக்கும் அதிர்ஷ்டமெனச் சிறுவயதில் சொல்லக் கேள்விப்பட்டிருக்கிறேன்.

இங்கே அந்த நம்பிக்கையில் நான் கொடுக்கவில்லை. இந்தப் பண்ணையில் வேலை செய்தவர்கள் பல முறை எனக்கு உணவு தயாரித்திருக்கிறார்கள்; உதவிகளைச் செய்திருக்கிறார்கள். அதற்கான நன்றியுணர்வை எப்படி என்னால் காட்ட முடியும்? அவர்களைப்போல் நானும் ஒரு தொழிலாளி என்றாலும் உடலால் உழைப்பதில்லை, அத்துடன் நாலு மடங்குப் பணம்

பெறுகிறேன். அவர்களது வீடுகள், வாழ்க்கை, உணவையும் பார்த்திருக்கிறேன். பல தடவை மதியத்தில் கஞ்சியுடன் வெங்காயம், மிளகாய் எனக் கடித்தபடி உண்பதையும் பார்த்திருக்கிறேன். இவர்கள் வாரத்தின் ஏழுநாட்களும் விடுமுறையற்று வேலை செய்வதும் மனத்தில் வலியை ஏற்படுத்தியது. இந்தப் பண்ணையில் அவர்களுக்கு நான் எதுவும் செய்ய முடியாது.

என்ன செய்வது? ஒருநாளாவது சந்தோசமாக எதுவும் செய்ய முடியவில்லையே என நினைத்துக்கொண்டு நின்றபோது, "சார் படத்துக்குப் போவோம்" என்றான் வீரராகவன்.

அது நல்ல யோசனை. தமிழ்த் திரைப்படமொன்றிற்கு அழைத்துச்செல்வதன் மூலமாவது எனது நன்றிக் கடனை அடைக்க முடியும். அவனை நன்றியுடன் பார்த்துவிட்டு, நான்கு மணிக்கு வீட்டிற்கு அனுப்பினேன். பண்ணையிலுள்ள மூன்று பெண்களும் படத்திற்கு விரைவாகத் தயாராகி வெளியே வந்தனர். அத்துடன் வீரராகவனின் மாமா பெண் சுமதியும் வீதிக்கு வந்தாள். எல்லோருமாக பஸ்ஸில் ஏறித் தாம்பரம் சென்றோம். 'மண் வாசனை' என்ற படத்தைப் பெண்கள் மிகவும் சந்தோசமாகப் பார்த்தார்கள். காதல் அரிதாக உள்ள சமூகத்தில் திரைப்படங்களில் வரும் பாத்திரங்களில் கூடு விட்டுக் கூடு பாய்வதுபோல் திரைச்சேலை உருவங்களில், இவர்கள் ஒவ்வொருவரும் நடிகை ரேவதியாக மெய்ம்மறந்திருப்பது அந்த நான்கு பெண்களின் முகங்களிலும் தெரிந்தது

வீரராகவன் படத்தை அதிகம் பார்த்ததாகத் தெரிய வில்லை. என்னருகே இருந்த சுமதியைப் பார்த்தபடியிருந்தான். அவளும் இடைக்கிடையே கழுத்தைத் திருப்பியபடிக் கண்ணால் வெட்டியபடியிருந்தாள். இந்த ரேவதி, வீரராகவனை மண்வாசனை பாண்டியனாக்கிவிட்டாள்.

பார்வதி சம்மதிக்கிறாளோ இல்லையோ, எப்படியும் இரண்டாவதாக சுமதியைத் திருமணம் செய்ய வீரராகவன் தயாராகிவிட்டான். சுமதிக்குப் பதினாறு வயதுதான் இருக்கும். ஆறு மாதங்களுக்கும் முன்பாக ஒருநாள் மாமன் பெண் வயதுக்கு வந்ததாக, ராணி விடுமுறை கேட்டிருந்தாள். ராணியைப்போல் நல்ல மினுங்கும் கறுப்பு. அகலமான, அலைந்து திரியும் கண்களுடன், பிஞ்சு மாங்காயாக இறுக்கமான மார்பும், அதன் கீழ் விரிவான இடையும் எந்த ஆணையும் கவரும். மாமா மகள் என்ற லைசென்ஸ் அவனுக்கிருந்தது. பார்வதிக்கு வயது முப்பதுக்கும் மேல். மார்பெல்லாம் கீழ் இறங்கிவிட்டது; இடையும் வயிறும் இரண்டறக் கலந்துவிட்டன. கண்கள் ஒளியிழந்து புன்னகையைத் தொலைத்த முகமாகிவிட்டது.

வீரராகவனது மணிப்பூர் பம்பர் லாட்டரி தெரிவில் ஆச்சரியமில்லை. அலுத்துப்போன பொம்மையை வீசியெறிந்து விட்டுப் புதியதொன்றை எடுக்கத் தயாராகும் குழந்தையாகத் தெரிந்தான். புதிய தலைமுறையொன்றை உருவாக்க முடியாத பொம்மையை மூலையில் எறியத் தயாராகிவிட்டான் என்று அவனது கண்களில் அப்பட்டமாகத் தெரிந்தது.

❍

மாட்டுப்பொங்கலுக்கு அடுத்தநாள் பத்துமணிபோல் ராமசாமி வழக்கத்தைவிடப் புதிதான நீலசேர்ட்டும் வேட்டியும் அணிந்திருந்தான். "பொங்கல் புது உடுப்பு?" என்றபோது "ஆமா சார் மாமா வீட்டிலிருந்து வந்தது. நல்லா இருக்கா" என்று சொல்லிவிட்டு எனது பதிலை எதிர்பார்க்காது, "வா சார், கமலம் பொங்கல் வெச்சிருக்கு. உன்ன கூட்டியார சொல்லிச்சு." கையைப் பிடித்து இழுக்காத குறையாக அழைத்தான்.

"ஆமா, நீலமேகம் இருந்தால் நான் வரப்போவதில்லை. அந்த மனிதரை எனக்குப் பார்க்க விருப்பமில்லை" என்றேன்.

"அவர் சென்னைக்குப் போய்விட்டார்" என்றான் ராமசாமி.

இம்முறை கமலத்தின் வீட்டுக்கு வாசல் வழியாகச் சென்றோம். நீலமேகம் சொல்லியதுபோல் உண்மையில் பெரிய வீடுதான். பல அறைகள் கொண்ட நாற்சார் வீடு. மூட்டைகள் அடுக்கி வைக்கப்பட்டிருந்தன. நடுமுற்றத்தில் அவித்த நெல்லைக் காய விட்டிருந்தார்கள். அந்த வீட்டில் வாழும் மூவருக்கும் பெரிய வீடு அது. கால்கள் நடந்து, தேய்ந்த சிமெந்துத் தரையும் பல காலமாகப் பூச்சற்ற சுண்ணாம்புச் சுவரும், பல தலைமுறைகள் கண்டு அந்த வீடு நீலமேகத்திடம் வந்திருக்கலாம் என்பதை எடுத்தியம்பியது. அவித்த நெல்லின் மணத்தை மீறிக் கிடாவின் மொச்சை மணம் அந்த வீட்டை நிறைத்தது.

கதிரையொன்றை எடுத்து அங்கிருந்த மேசையருகில் வைத்து "குந்து சார்" என்றதும், அதில் அமர்ந்தபோது, நிலத்தைப் பார்த்தபடி வெளிர் நீலமான பருத்திச் சேலையால் போர்த்தியபடித் தோன்றிய கமலம், எனக்கு முன்பிருந்த மேசையில் உணவை வைத்தாள். வெள்ளித் தட்டத்தில் சக்கரைப்பொங்கல், வடை, வாழைப்பழம் ஆகியன இருந்தன. நாலுபேர் உண்ணப் போதுமானது.

ஒரு கணம் கமலத்தைப் பார்த்தபோது அவளது முகத்தில் சிறிது புன்முறுவல் தெரிந்தது. அன்று சிவந்த முகமும் கலங்கிய கண்களுமாக இருந்த தோற்றத்திலிருந்து சிறிது வித்தியாசம் தெரிந்தது இன்று.

மணம் முடிக்காமலே விதவைக் கோலத்தை எடுத்திருக்கும் இந்தப் பெண்ணின் வைராக்கியம் பெண்மைக்குரியதா? அவர்களது சாதிக்கே உரியதா? தெரியவில்லை. இல்லை, இந்த நாடு காலங்காலமாகக் காவியங்கள், கதைகள் வழியாக உருவாக்கிய பாதையில் பெண்கள் பாதங்களை வைத்து நடந்துவந்தது காரணமா? தந்தை நீலமேகத்தைப் பழிவாங்குவதற்காக கமலம் எடுத்த ஆயுதமா? ஏன் இந்த வன்மம்? யாருக்கு நன்மை?

இந்தப் பெண் இப்படியே வாழ்நாள் முழுவதும் வாழ்ந்துவிடுவாளா? அது நியாயமா? இந்திய மண்ணில் காலங்காலமாகப் பெண்கள் இப்படியான வாழ்க்கையை வாழ்கிறார்கள் அல்லது ஆண்களால் அவ்வாறு தள்ளப்படுகிறார்கள்; இது ஆண்கள் எழுதிய இதிகாசத்திலிருந்து தொடங்கியதா? இவையெல்லாம் கொண்டாடப்பட வேண்டியவையா? மாறாகத் திருத்தப்படவேண்டியவையா? ஒருமுறையே வையகத்தில் வாழ்வதற்கான சந்தர்ப்பத்தில் இப்படியெல்லாம் தம்மை அழித்துக் கொள்ள வேண்டுமா? வீரராகவன், ராமசாமி போன்றோர் பிள்ளையில்லையென்று அடுத்த பெண்ணை அவசரமாகத் தேடும்போது, காதலித்தவனுக்காகக் கன்னியாகவே வாழ்ந்து, ஒருவிதத்தில் தானே கொளுத்திய நெருப்பில் கருகும் இந்த வாழ்க்கை எவ்வளவு கொடுமையானது? காலங்காலமாக இருக்கும் நடைமுறைகளை எப்படி. இவர்களது மனம் ஏற்கிறது? சாதி, பரம்பரை, தனிமனித வைராக்கியம், ஒழுக்கம், கற்பு எனப் பல பெயர்களில் மணிமகுடம் சூட்டப்படுகிறது. போற்றப்படுகிறது. புகழப்படுகிறது. கதை – காவியம் – இதிகாசம் – புராணமாகிறது.

எனது சிந்தனையைக் கலைத்தபடி "சார் வேலனைப் பாருங்க" என்றதும், நான் தலைநிமிரும்முன்பே சிறிய குதிரைபோல் எங்கிருந்தோ கம்பீரமான ஆட்டுக்கிடாய் பாய்ந்துவந்தது. அதன் கழுத்திலிருந்த மதாளிப்பும் கம்பீரமும் என்னைக் கவர்ந்தன. முதுகில் சடைத்த மயிர்கள் சிலிர்த்து முன்னோக்கிய தலையும் அதில் பாதி சரிந்தும் சரியாத கொம்புகள் படங்களில் வரும் சண்டைக் கிடாயாகத் தெரிந்தது. அதன் உடலில் கருப்புநிற மயிர்கள் எண்ணெய் வைத்து அப்போதுதான் சீவியதுபோல் பளபளத்தன. அரபிக்குதிரைபோல் மெதுவாக நடந்து கமலத்தின் இடுப்போரத்தில் தலையைச் சாய்த்து அவளது தொடையில் உராய்ந்தது. கமலம் கைகளால் அதன் கழுத்தைத் தடவியபடி எம்மைப் பார்த்துச் சிரித்தாள்.

"சார், நீலமேகம் வேலனைக் கறியாக்க வேண்டுமென்கிறார். அதில்லாவிடில் வைத்தியரைக் கொண்டுவந்து விதையடிப்பேன் என்கிறார். பெரிய ரோதனையா இருக்கு" என்றான் சலித்தபடி ராமசாமி.

பண்ணையில் ஒரு மிருகம்

உண்மையில் கிடாய் ஆட்டிலிருந்து வரும் மொச்சை மணம் அதன் சிறுநீரில் இருந்து மட்டுமல்ல, உடலில் இருந்தும் வரும்; மூக்கைத் துளைக்கும். அதைப் பலமுறை ஆட்டுப் பண்ணைகளுக்குச் சென்றபோது உணர்ந்திருக்கிறேன். எப்போது அந்த இடத்தை விட்டுவிலகுவோம் என்றிருக்கும். வீட்டுக்குள் வரும்போது வேலனின் மொச்சை மணம் வருவதால் அவரது எண்ணத்தில் நியாயமிருக்கிறது. அதை எப்படி நான் கமலத்திடம் சொல்ல முடியும்?

"கமலம், வேலன் மேல் உயிரையே வைத்திருக்கிறது. அப்படி ஏதாவது நடந்தால் உயிரை விட்டுவிடுவேன் என்கிறது" மீண்டும் ராமசாமி.

நான் திரும்பி கமலத்தைப் பார்த்தபோது அந்த விழிகளில் கண்ணீர் திரையிட்டது. இது ஒரு சிக்கலான விடயம். இலகுவான விடையில்லை. எதுவும் சொல்லாமல் இருந்தேன். அந்த நேரத்தில் அறையொன்றுக்குள் இருந்து கமலத்தின் அம்மா வந்து "வணக்கம் சார்" என்றார்.

நீலமேகத்தின் தோற்றத்திற்கு, எப்படி இந்த அளவு சுந்தரமான தேவதை பிறந்தாள் என்ற கேள்வி கடந்த ஆறுமாதமாகக் குடைந்தபடியிருந்தது. கமலத்தின் அழகு எங்கிருந்து வந்திருக்கிறது என்ற இரகசியம் அந்த நடுக்கூடத்தில் அவிழ்ந்தது. நாற்பது வயதிற்குக் குறைவாக இருக்கும் தாயார் கமலம்போல் சேலையால் தோளைப் போர்த்தாமல் இடுப்பில் செருகியிருந்தார். அழகிய மார்பும் வீங்கிய இடுப்பும் கொண்ட அவர் பல்லவ காலத்து நர்த்தகியின் சிலைபோல் கண்ணை நிறைத்தார்.

இதுதான் "மாமி" என அறிமுகம் செய்தான்.

"சார், என் பாடு மிகவும் கஷ்டம் சார். மகளா இல்லை அவரா" என்று கையிலிருந்த கோப்பி டம்ளரை என்னருகே மேசையில் வைத்தார்.

"உண்மைதான்" எனச் சொல்லிவிட்டு வேலனுக்காகக் கொண்டுவந்த ஆட்டுக் குடல்புழு மருந்துகளை ராமசாமியிடம் கொடுத்துவிட்டு வெளியே வந்தேன்.

"பணம் சார்" என்றான் ராமசாமி.

"பரவாயில்லை" என்று சொல்லிவிட்டு வந்தேன்.

○

பொங்கல் விடுமுறைக்குப் போனவர்கள் திரும்பவில்லை. பண்ணை கொஞ்சம் வெறுமையாக இருந்தது. தை மாச இரவென்பதால் குளிரத் தொடங்கியது. வேலை முடிந்ததும்

வீரராகவன் வீடு சென்று உணவருந்திவிட்டு, ஒன்பது மணிபோலப் பண்ணைக்கு வந்துவிடுவான். அதுவரையும் உணவருந்திவிட்டுப் படித்துக்கொண்டிருப்பேன். வீரராகவன் சீக்கிரமாகத் தூங்கும் பழக்கமுள்ளதால், நானும் புத்தகத்தை வைத்துவிட்டுத் தூங்கிவிடுவேன்.

அந்த இரவும் அப்படியே தூங்கிவிட்டேன். எனது கனவில் மேலும் பலர் வருகிறார்கள். மூக்குத்திப் பெண்ணைவிட இப்போது சில நாட்களாகக் கமலமும் வேலனும் வருவார்கள்.

இரவில் விழித்து எழுந்தபோது மெதுவான குளிர் அடித்தது. பார்த்தபோது யன்னல் திறந்திருந்தது. அதிகாலை நாலுமணி என்று கடிகாரம் காட்டியது. விடியவில்லை. பனியால் நனைந்த இருள், ஈரமான கருஞ்சேலையாக வெளியே விரிந்திருந்தது. போர்வையால் மூடியிருந்தாலும் வெறும் உடம்போடு இருப்பதிலும் பார்க்க, மேல்சட்டையைப் போடுவோமென எழுந்த போது வீரராகவனது குறட்டை ஒலி கேட்டது. அவனது தூக்கத்தைக் குலைக்காது அவனது பக்கத்திலே கயிற்றுக் கொடியில் தொங்கிய எனது சேட்டை எடுத்து அணிந்துகொண்டு வெளியே வந்து தலையை நீட்டியபடி மின்சார சுவிட்ச்சைப் போட்டபோது ஆச்சரியம் காத்திருந்தது.

பண்ணை வீட்டின் இடது புறத் திண்ணையில், வழக்கமாக மேஸ்திரி படுக்கும் இடத்தில் அந்த மூக்குத்தியணிந்த பெண் வெங்காய நிறச் சேலையணிந்து, சுவரில் சாய்ந்தபடிக் காலை நீட்டியபடியிருந்தாள். அவளது பாதங்கள் திண்ணையின் முன் அரைச் சுவரைத் தொட்டது. அவளது பாதங்கள் ஒன்றின்மேல் ஒன்று வைத்து அரைவட்டத்தில் ஆடியபடியிருந்தன.

மகிழ்வாக இருக்கிறாளா அல்லது மன அழுத்தத்திலா?

அவளைக் கண்டதும் எனக்கு முன்புபோல் பய உணர்வு வரவில்லை. ஏற்கெனவே அறிமுகமான ஒருவரை, பஸ் நிலையத்திலோ புகையிரத நிலையத்திலோ கண்டால் அவர்களிடம் சென்று உரையாட வேண்டும், அல்லது குறைந்தபட்சம் பார்த்துக் கையைக் காட்டுவோமே என்று உணர்வோமல்லவா அதுபோன்ற உணர்வே ஏற்பட்டது.

"ஆமா என்னம்மா? இந்த நேரத்தில் இங்கு?" அறையிலிருந்து மெதுவாகக் காலடிகளை வைத்தபடியே வெளிவந்து எனது சேர்ட்டின் பொத்தான்களைப் பூட்டியவாறு மென்மையான குரலில் கேட்டேன்.

அவள் உடனே எழுந்து, "டாக்டர் சார், உங்களைப் பார்க்கத்தான் வந்தேன். உள்ளே எட்டிப் பார்த்தபோது நன்றாக உறங்கிக்கொண்டிருந்தீர்கள். பக்கத்தில் வீரராகவன் அண்ணனும்

உறங்கிக்கொண்டிருந்தார். அதுதான் இந்தத் திண்ணையில் குந்தியிருந்தேன்." அவளது குரல் அமைதியாக எதுவிதப் பதற்றமுமின்றி ஒலித்தது.

"என்ன விடயம்?" எனது குரலில் அவசரம். அவளது கண்களை ஊடுருவிப் பார்த்தேன். நெற்றிக் காயம் இவளுக்கு அழகைக் கொடுக்கிறதே!

உடனே தலையைக் குனிந்தவாறு மெதுவான புன்முறுவலைத் தவழவிட்டபடி, "நீங்கள் எல்லாப் பெண்களையும் நேற்று படத்திற்குக் கூட்டிச் சென்றீர்கள் என்றபோது எனக்குப் பொறாமையாக இருந்தது. ஒருவருடத்துக்கும் முன்பு நீங்கள் வந்திருந்தால் நான் எவ்வளவு சந்தோசமாயிருந்திருப்பேன். இப்படி நேர்ந்திருக்காது. எல்லோரும் 'மண்வாசனை' படம் பார்த்தீர்கள்" குரலில் மெதுவான கரகரப்புடன் சொன்னாள்.

"உனக்கு என்ன நேர்ந்தது? ஏதாவது உதவி செய்ய முடியுமா என்னால்?"

"அந்த நீலமேகமும் கறுப்பையாவும்தான் எனக்கு வில்லன்கள் சார். ஆனால் அதைப் பேசிப் பயனில்லை. வீட்டில் இருக்கிறவன் சரியில்ல. நித்தம் சாராயம் போட்டு என்னைப் படுத்தினான். அவனுக்கு அடங்க மறுத்துப் பேசியதால் அடித்தபடியிருந்தான். ஒருநாளாவது நாட்டுச் சாராய வாசனை வீசாத வாயாக இருக்குமென அந்த டாக்டரிடம் விட்டுக் கொடுத்தேன். அதை விடு சார். சிவப்பி ஏழுமாதமாகிவிட்டது. நீ இந்த மாதம் செக் பண்ணவில்லை. அதான் பேச வந்தேன். நீ இன்று பால்க்காரரோடு பேசினாயே? அங்கு வேலன் கிடாயைப் பார்த்தாயா? எவ்வளவு அழகாக வளர்ந்திருக்கிறான். அந்தக் கிடாயைக் கறியாக்கவேணும் அல்லது விதையடிக்க வேணும் என அந்தப் பாவி நீலமேகம் நினைக்கிறான். அவன் பாவி சார்" என்றாள்.

குழந்தைகள் வெளியிலிருந்து ஓடிவந்து, மூச்சிரைக்கத் தட்டுத் தடுமாறிப் பெற்றோரிடம் செய்தி சொல்வதுபோல் அவசரமாக வார்த்தைகள் அவளிடமிருந்து வந்தன.

"இதெல்லாம் உனக்கெப்படித் தெரியும்?"

நேற்று காலையில் கமலத்தின் வீட்டுக்குப் போனது இவளுக்கு எப்படித் தெரிந்திருக்கும்? எனக்கு உண்மையில் ஆச்சரியமாக இருந்தது.

"இந்தப் பகுதியில் அலையிறதுதானே என் வேலை" என்று சாதாரணமாகச் சொல்லியபடி எழுந்து படியருகே இருந்த செருப்பை அணிந்து கிணற்றடியை நோக்கிப் போனாள்.

அவளது காலில் அந்தச் சிவப்பு ரப்பர் செருப்புகள், அவளைச் சுமந்து செல்வதுபோல் தெரிந்தது. அவளது மங்கிய உருவம் நிழலாக அசைந்து மறையும்வரை பார்த்துக்கொண்டிருந்து விட்டு உள்ளே வந்தபோது, குறட்டைவிட்டவாறு வீரராகவன் உறங்கியபடியிருந்தான்.

இவள் சிவப்பியை அக்கறையாக என்னிடம் விசாரிக்கிறாள். அது ஏற்கெனவே தெரிந்தது. அதற்காக எனது வேலையைக்கூட நினைவுபடுத்துகிறாள். இப்போது கமலத்தின் ஆட்டுக்கிடாயைப் பற்றிக் கரிசனையுடன் கேட்கிறாள். இன்று அவள் என்னிடம் தனது இரகசியத்தைச் சொல்லியிருக்கிறாள். பழைய டாக்டரிடம் தன்னை இழந்ததையும், அதன் காரணத்தையும் நேர்மையாகக் கூறியிருக்கிறாள். அப்படிப் பார்த்தால் பொலிசின் போஸ்மாட்டம் ரிப்போட்டிலுள்ள குழந்தைக்குத் தந்தை அவரே என்பது புரிகிறது.

ஆரம்பத்தில் மேஸ்திரியே காரணமென நினைத்தேன். பின்பு பெண்களோடு புணரத் தகுதியற்றவர் என துரைநாயக்கர் சொன்னதை வைத்து அவரை நிரபராதியென விடுவித்தேன். இப்போது மேஸ்திரி மட்டுமல்ல, நீலமேகத்தின் மீதும் குற்றப்பத்திரிகை வாசிக்கிறாள். இரகசியம் இன்னமும் ஒளிந்து விளையாடுகிறது. இந்தக் கதையின் அங்கமாகச் சிவப்பிப் பசுவுடன் வேலன் என்ற கிடாயும் சேர்ந்துகொண்டதே!

இந்தியர்களே மிருகங்களைக் கதாபாத்திரமாக்கி ஜாதகக் கதைகளை உருவாக்கியவர்கள். அதன் பின்பு இராமாயணத்தில் குரங்குகள் வருவது மட்டுமா? அனுமானும் கடவுளாகி விட்டானே! இந்தப் பண்ணையின் கதையிலும் மிருகங்கள் வருகின்றன. இது உண்மையான இந்திய இதிகாசக் கதைபோல் இருக்கிறதே? இலங்கையிலிருந்து வந்த எனக்கு, ராவணன்போல் ஒரு பாத்திரமிருக்கிறதோ? சீச்சீ... நான் ராவணனில்லை. அப்படியெனில் நான் யார்? இந்தக் கதையை உலகிற்கு வெளிக்கொண்டு வருவதற்கான பாத்திரமா? பாத்திரமாகவும் கதை சொல்லியாகவும் வரும் மகாபாரத வியாசரா?

சிந்தித்துக்கொண்டிருந்தபோது வெளியே யன்னலில் வெளிச்சம் தெரிந்தது. அரக்கப்பரக்க வீரராகவன், "சார் தேநீர் போடட்டுமா?" என்றபடி எழுந்தான்.

"இரவு தூக்கமில்லை. நான் இன்னும் சிறிது நேரம் படுத்திருக்கிறேன். நீ வீட்டிற்குப் போய்வா" எனக் கூறியபடி மீண்டும் கண்களை மூடினேன்.

8

வேலன்

"சார் ஓடிவாருங்கள், மாமாவை வேலன் முட்டிவிட்டான்," என்று கூவியபடி வியர்க்க விறுவிறுக்க வந்து பண்ணை வீட்டின் வாசலில் ஏறினான் ராமசாமி. கையில்லாத உள் பனியன் மட்டுமே போட்டிருந்தான். கட்டியிருந்த லுங்கியின் கீழ்ப்பகுதி அவனது கையில் இருந்தது. இப்படிப்பட்ட தோற்றத்தில் அவனை இதுவரை நான் பார்த்த தில்லை. கண்கள் சிவந்து, முகம் குழப்பமடைந்து ஏதோ பயங்கரமான கனவின் பாதியில் விழித்தவன்போல் இருந்தான். வழக்கமாக எப்போதும் நக்கலான சிரிப்புடன், எதையும் சீரியசாக எடுத்துக்கொள்ளாத அவனது தோற்றமே என்னைக் கவர்ந்தது. இன்று, இதுவரை பார்த்த ராமசாமியாகத் தெரியவில்லை.

சிறிதுநேரத்திற்கு முன்பாகச் சென்னை யிலிருந்து ரயில், பஸ் என ஏறிவந்து கிட்டத்தட்ட அரை கிலோமீட்டர் வீதியிலிருந்து பண்ணைக்கு வந்தும் நான் இளைப்பாறவில்லை. ஏற்கெனவே வேர்வையால் நனைந்து உடலோடு ஒட்டியிருந்த சர்ட்டை உரித்துக் கழற்றிவிட்டு வேறொரு சர்ட்டை அணியலாம் எனக் கையில் எடுத்திருந்தேன்.

ராமசாமியின் இந்தச் சத்தத்தைக் கேட்டு வெறும் மேலோடு வெளியே வந்த என்னைப் பார்த்து, "என்ன சார், இப்பவா வந்தீங்க? மாமா வீட்டுக்கு வாங்க. இரத்தம் பெருக்கெடுத்தோடுகிறது. காருக்குச் சொல்லியிருக்கு. உங்களால் ஏதாவது செய்ய முடியுமா?" என்று பல கேள்விகளை என்மீது தொடர் வேகப் பந்துகளாக வீசியெறிந்தான்.

எதற்குப் பதிலளிப்பது எனத் திகைத்த நான், அவனிடம் எதுவும் பேசாது மீண்டும் உள்ளே சென்று எனது பாண்டேஜ் பெட்டியை எடுத்து அவனிடம் கொடுத்து, “நீ போ முன்னால்” என்றேன்.

போய்ப் பார்ப்போமே. நிச்சயமாகப் பெரிய காயமாக இருக்க வேண்டும்.

மேல்சட்டையின் பொத்தான்களைப் போட்டவாறு வாசலருகில் கிடந்த காலணிகளைக் கொழுவியபடித் தடுமாறிய என்னை எதிர்பார்க்காது ஓட்டமும் நடையுமாக முன்னால் நடந்தான் ராமசாமி. அவனைப் பின்தொடர்ந்த என்னிடம் மாட்டுத் தொழுவத்திலிருந்து வந்த மேஸ்திரியும், “சார், நானும் வாறேன்” என்றபடி என்னைத் தொடர்ந்தார்.

அவனது மாமா நீலமேகத்திற்கு என்னையும் பிடிக்காது. அவருக்கு ராமசாமியையும் பிடிக்காது. இவன் பதறும் வகையில் நான் கேட்க நினைத்தாலும், அவனோ கேட்க முடியாத தூரத்தில் போய்க்கொண்டிருந்தான். எனக்கு முன்பாக ஐம்பது அடி தூரத்தில் ஓடிக்கொண்டிருந்தான் அவன். அவனது வெள்ளை இரப்பர் காலணி டக் டக் ஓசையுடன் சிறிய மணல் புயலை உருவாக்கியபடி இருந்தது.

நானும் வேகமாக நடக்க, எனக்குப் பின்னால் பலத்த காலடியோசையைக் கேட்டுத் திரும்பினேன். என்னைத் தொடர்ந்து மேஸ்திரி தனது கனமான தோல் செருப்புடன் ஓட்டமும் நடையுமாக வந்தார். நான் அவரிடமும் எதுவும் பேசவில்லை.

ஆட்டுக்கிடாய் முட்டியதாகச் சொன்னான் ராமசாமி. கிடாய்களிடையே சண்டையைப் பார்த்திருக்கிறேன். இப்படி மனிதர்களை? சிலநேரங்களில் கிடாய்கள் வந்து தலையையும் உடலையும் மனிதர்களில் உராய்வதையும் தேய்ப்பதையும் கண்டிருக்கிறேன். பொங்கல் நாட்களில் நீலமேகத்தின் வீட்டுக்குச் சென்றபோது வேலன், கமலத்தை உராய்ந்தபடி நின்றிருந்தது. அன்பைக் காட்டும் அதன் உடல் மொழி அது. இதுவரையும் மனிதர்களைக் கிடாய் முட்டிக் காயப்படுத்தியதாக நான் கேள்விப்பட்டதில்லை. இது புதுமையான அனுபவமாக இருக்கிறது. வேலனுக்கு விதையடிக்க விரும்பினார் நீலமேகம்; ஆனால் கமலம் அதற்கு அனுமதிக்கவில்லை என்ற செய்தியை அறிந்தேன்.

ஆட்டுக்கிடாயின் மணம் மிகவும் மோசமானது. பின்வளவுக்குள் கிடாய் நின்றாலே அந்த இடம் முழுவதும் மணக்கும். கிடாய் வீட்டுக்குள்ளே வந்துபோகும்போது மணத்தைப்

பொறுப்பது கடினம். அதுவும் நீலமேகம் போன்ற ஒருவரால் எப்படிச் சகித்துக்கொள்ள முடியும்? போதாக்குறைக்கு அவரால் கொலை செய்யப்பட்ட கமலத்தின் காதலனின் பெயரை வைத்து அழைப்பதே அவருக்குக் காயத்தில் உப்பைத் தடவும் செயல். அவர் கொலைவெறியில் வேலனை இதுவரையும் வெட்டாமல் இருப்பதே எனக்குப் பெரிதாகத் தெரிந்தது. நிச்சயமாக அவருக்கு அப்படியான சிந்தனைகள் வராதுவிடாது. ஆனால் அதன் விளைவுகளை எண்ணி அமைதி காக்கிறார்போலத் தெரிந்தது.

அந்த வீட்டை அடைந்தபோது ஏற்கெனவே ஆண்களும் பெண்களுமாகப் பலர் கேட்டின் உள்ளேயும் வெளியேயுமாகக் கூடியிருந்தனர். அவர்களை விலத்தி, என்னைக் கைப்பிடித்து ராமசாமி உள்ளே அழைத்துச்சென்றான். வராந்தாவில் உள்ள பெரிய மரக்கதிரையில் நீலமேகம் என்ற கம்பீரமான மனிதர் தலை சாய்த்துக் கைகளைக் கீழே தொங்கவிட்டபடி மோவாய் நெஞ்சில் தொட, ஏதோ மங்கலச் சடங்கிற்காக வெட்டியபின், அந்தச் சடங்கு தடைப்பட்டதால், வெட்டிப் பல நாட்களாக, வேலியில் சாய்த்துவைக்கப்பட்ட வாழையாக அந்தக் கதிரையில் இருந்தார்.

அவருக்குப் பின்னால் அவரது மனைவி கலங்கிய கண்களுடன் கதிரையை இரண்டு கைகளாலும் பிடித்தபடி நின்றார். கமலத்தை எனது கண்கள் தேடியபோது அவள் தூணொன்றை இறுகப் பிடித்தபடித் தலைகுனிந்து நின்றாள். மலையில் படிந்த மழைமுகிலாக, அடர்த்தியான சோகம் அங்கு கவிந்திருந்தது.

ராமசாமியால் நேரடியாக அவரிடம் கைப்பிடித்து இழுத்துச் செல்லப்பட்டேன். கதிரையில் அமர்ந்திருந்த நீலமேகத்தின் வெள்ளை சேர்ட்டின் வயிற்றுப்புறத்தில் குருதி, இந்தியாவின் சுதந்திரத்திற்கு முன்னான வரைபடம் போல் பரவியிருந்தது. அவரது வேட்டி தளர்த்தப்பட்டுத் தொடைவரை கீழிறங்கியிருந்தது. உள்ளாடையில்லை. அடிவயிற்றின்மீது சலவைசெய்யப்பட்ட ஒரு வெள்ளை டவல் அந்தரங்கத்தை மறைத்திருந்தது.

அவரது முகத்தை ஏறிட்டுப் பார்த்தேன். சுருங்கிய புருவத்துடன் கண்கள் இறுக்கமாக மூடியிருந்தன. பல்லைக் கடித்தபடி இருந்தாலும், முகத்தில் வேதனை தெரிந்தது. கண் இமைகள் ஈரமாக இருந்தன. அவரது மனைவியின் முகத்தை ஏறிட்டுப் பார்த்துவிட்டு, அந்த டவலை எடுத்தபோது, இரத்தம் வெள்ளமாகப் பெருகியது. இரத்தத்தை ஒத்தி எடுத்துவிட்டு, இரத்தம் பெருகிய பகுதியை டவலால் அழுத்தியபோது இரத்தப் பெருக்கு குறைந்தது. காயம் ஆறு அங்குல நீளத்தில், ஆண்குறியின்

இருபக்கத்திலும் மேலிருந்து கீழ்நோக்கி சமாந்தரக் கோடுகள்போல அடிவயிறு கிழிந்திருந்தது.

அந்தக் காயம் நீளமாக அடிவயிற்றிலிருந்து கீழ்நோக்கி அவரது விதைகள் வரையும் நீண்டிருந்தது. காயங்களை மெதுவாக விரலால் தடவிப் பார்த்தபோது விரல்கள் வயிற்றுக்குள் ஆழமாகச் செல்லவில்லை. நல்லவேளையாக முழுத்தசையும் கிழியவில்லை. அதனால் குடல் எதுவும் வெளியே வரவில்லை. ஆனால், உள்விதைகள் சிவப்புக் கட்டிகளாக நீளமாக வீங்கி வெளிவந்திருந்தன. ஆங்காங்கு இரத்தம் உறைந்திருந்தது. என்னிடமிருந்த விறைப்பு மருந்தை சிறிஞ்சில் எடுத்துக் காயங்களில் நனைத்தேன். அவரது மனைவியிடம், "நல்லவேளையாக வயிற்றுக்குள்ளே காயமில்லை. அடிவயிற்றின் மேல் தசை மட்டும் கிழிந்திருக்கிறது. இந்த விறைப்புமருந்து வலியை இரண்டுமணி நேரம் குறைக்கும். நீங்கள் உடனே வைத்தியசாலைக்குப் போனால், அங்கே காயத்திற்குத் தையல் போட்டுவிடுவார்கள். பயப்பட ஒன்றுமில்லை. நான் இறுக்கமாக பண்டேஜ் போட்டுவிடுகிறேன். காரில் போகும்போது வரும் இரத்தப் போக்கை அது குறைக்கும்" என்றேன்.

அவரது மனைவி, கதிரையிலிருந்த தனது கைகளை எடுத்து நெஞ்சருகே வைத்து மௌனமாக என்னை நோக்கிக் கைகூப்பினார்.

ராமசாமியிடமும் மேஸ்திரியிடமும் அவரை மெதுவாகக் கதிரையிலிருந்து உயர்த்தித் தூக்கிப்பிடிக்கும்படிச் சொல்லிவிட்டு, என்னிடமிருந்த பெரிய பாண்டேஜை அவரது அடிவயிற்றில் வைத்து வயிற்றைச் சுற்றியும் விதைப்பகுதியில் வைத்தும், கால்களுக்கு இடையில் வேட்டியைக் கிழித்து இறுக்கமாக மீண்டும் கட்டினேன். அவரது வேட்டி நிலத்தில் விழுந்துவிட்டது. அவரது பாண்டேஜைப் பார்த்தபோது யப்பானிய சுமோ வீரர்களின் உடையைப் போன்று தெரிந்தது. அதன் பின்னர் அவரது மனைவி அவருக்கு வேறு வேட்டியை இடுப்பில் கட்டிச் சட்டையைப் போட்டுவிட்டார். புதிய சட்டையும் அணிவித்தார். நீலமேகம் முனகலோ அழுகையோ போடாமல் இருந்தது, அவரது வலியைத் தாங்கும் தன்மையைக் காட்டியது. மற்றவர்களானால் அழுது அரற்றியபடித் தரையில் தவழ்ந்திருப்பார்கள்.

"வெளியே போ, ஓரம் போ, போப்பா, தள்ளிப் போ" என்ற குரல் கேட்டது. எனது வேலை முடிந்ததென நான் ஒதுங்கி வெளியேற முயன்றபோது, "இருங்க சார்" என்று என்னை மீண்டும் வீட்டுக்குள் இழுத்தான் ராமசாமி. அப்போது கருப்பு அம்பாசிடர் கார் ஒன்று வீட்டின் வாசலுக்கு வந்தபோது

பண்ணையில் ஒரு மிருகம் 111

கூடியிருந்தவர்கள் விலகினார்கள். மீசை வைத்து நீலக்கோடு போட்ட வெள்ளைச்சட்டை வேட்டி அணிந்த, நீலமேகத்தின் சாயல்கொண்ட ஒரு மனிதர் காரிலிருந்து இறங்கினார். அவரது இடது கன்னத்தில் இரண்டங்குலத்திற்கு வெட்டுக்காயம் இருந்தது. வீட்டுள் நுழைந்து "அண்ணி ரெடி" என்றார்.

அவரும் நீலமேகத்தின் மனைவியும் மற்றவர்களுமாக நீலமேகத்தை மெதுவாக காரின் பின்சீட்டில் கைத்தாங்கலாக ஏற்றினார்கள். அப்போது மெதுவான அனுக்கம் நீலமேகத்திட மிருந்து கேட்டது.

நல்லவேளையாக விறைப்பு மருந்து வேலை செய்கிறது. அது இல்லையென்றால் நடக்கும்போது வயிற்றில் வலி தாங்க முடியாது இருந்திருக்கும். ஆணுக்கு விதைப்பை கிழிந்து வெளிவந்திருந்ததை நான் பார்ப்பது இதுவே முதல் தடவை. இது மிகவும் வேதனையானது. வெளிவந்த விதைகள் மனத்தில் காட்சியாக வந்ததால் என்னிடம் சோகம் தொற்றிக்கொண்டது.

காரில் வந்த மனிதர் மீண்டும் காரில் ஏறவும் "அதுவும் என் மாமா, நீலமேகத்தின் தம்பி ஏழுமலை" என்றான் ராமசாமி. நீலமேகத்தின் மனைவி மீண்டும் வந்து கமலத்திடம் ஏதோ கூறிவிட்டு, என்னிடமும் நன்றி சொல்லிவிட்டுச் சென்றார். கார் சென்றதும், அங்கிருந்தவர்கள் கலைந்தார்கள். அவர்களுடன் மேஸ்திரியும் சென்றார். அந்த வீட்டில் நானும் ராமசாமியும் தனியாக விடப்பட்டோம்.

"சார் . . . ஏதாவது குடிக்கறீயா?"

"கொஞ்சம் தண்ணீர் மட்டும் காணும்" என்றதும் கமலம் என்னைப் பார்த்துவிட்டு உள்ளே சென்றாள்.

"என்ன நடந்தது? பெரிய காயமாக இருக்கிறது. நல்லவேளை குடல் வெளிவரவில்லை" என்றேன்.

"இந்தாளு வழக்கம்போல் வேலனுக்கு விதையடிக்கணும் எனச் சொல்லித் தாம்பரத்திலிருந்து ஒரு கால்நடை வைத்தியரைப் பணமும் கொடுத்து வரவழைத்திருக்கிறார். அந்த நேரத்தில், கமலம் வேலனைக் குளத்தங்கரைக்கு மேய்க்க ஓட்டிப் போயிருக்கு. வந்த வைத்தியர் வெறுமனே திரும்பியிருக்கிறார். கமலம் வீட்டுக்கு வந்ததும் கோபத்துடன் கத்தியை எடுத்து, நானே விதையடிக்கி றேன் என்று முன்னால் போகவும், கமலம் அவரைத் தடுத்தது. அவர் கமலத்தைக், கை ஓங்கி அடிக்க முயன்றிருக்கிறார். அந்த அடி கமலத்தில் படவில்லை, கமலம் விலகவும், வேலன் இவரை நோக்கிப் பாய்ந்திருக்கிறான். இரண்டு கொம்புகளும் அப்படியே

அவரது அடிவயிற்றில் பாய்ந்து வெளிவந்துவிட்டது" என்றான் ராமசாமி.

எனக்கு நம்ப முடியாமல் இருந்தது. 'ஆட்டுக்கார அலமேலு' திரைப்படத்தில் வந்தது மாதிரி இருக்கிறதே. அந்த ஆடு பழக்கப்பட்டிருக்கும். ஆனால் இங்கே வேலன் எப்படி?

அப்போது கமலம் கிளாசில் தண்ணீர் கொண்டுவந்து கையில் தந்தது.

"வேலன் எங்கே?" என்றேன்.

"வெளியே தாயோடு கட்டிப் போட்டிருக்கிறேன்" என்ற பதில் வந்தது.

"சார் என்ன செய்வது?" என்றான் ராமசாமி.

"எப்படியும் உங்கள் மாமா காயம் மாறி வீடு வருவதற்கு ஒரு வாரமாகும். அதன் பிறகு குறைந்தது ஒரு மாதம் நடக்க முடியாது, வலி இருக்கும். அப்போது வேலனுடன் இன்னமும் கோபத்துடன் குமுறுவார் என நினைக்கிறேன்."

"ஏதாவது யோசனை சொல்லுங்கள்" என்று ராமசாமி சொன்னபோது, கமலம் என்னை ஏறிட்டுப் பார்த்தது.

"வேலனுக்கு விதையை எடுக்கக் கமலத்திற்கு விருப்பமில்லை. அது எனக்குத் தெரியும். விதையிருக்கும்வரை மணமிருக்கும். ஆனால் முன்பக்கத்தில் பாதி வளைந்தபடி இருக்கும் வேலனின் கொம்புகள்தான் கத்திபோல் வயிறு கிழிந்துபோகக் காரணம். அந்தக் கொம்புகளை வெட்டிவிட்டால் பெரிதாகக் காயம் ஏற்படாது. அத்துடன் உங்க மாமாவுக்கும் கொஞ்சம் ஆத்திரம் குறையும்."

"சார் ... வேலனுக்கு வலிக்குமா?" என்று கமலம் கண்களை அகலமாக விரித்தபடிக் கேட்டபோதுதான், இவ்வளவு அழகான கண்களுக்கு மை வைத்திருந்தால் எவ்வளவு பெரிதாக இருக்குமென நினைத்தேன். இவ்வளவு அழகை வைத்துக்கொண்டு சோகத்தைச் சுவீகாரம் கொண்டுவிட்டாளே!

"மயக்க மருந்து கொடுத்துச் செய்யலாம்."

"சார், நீங்கள் செய்யலாமா?" எனக் கேட்டான் ராமசாமி.

"அப்படிச் செய்வதற்கு எனக்கு லைசென்ஸ் இல்லை. தாம்பரம் டாக்டரை வரவழைத்துச் செய்வோம். நான் அவருக்கு உதவியாக இருக்கிறேன்" என்றேன், அந்த நேரத்தில்.

பண்ணையில் ஒரு மிருகம்

என்னைப் பொறுத்தவரை கொம்பை வெட்டி, அது மீண்டும் முளைக்காமல் இருக்க குறி மாதிரி சுட வேண்டும். மிகவும் இலகுவான விடயம். ஆனால் அதை நான் செய்தால் ராமசாமி. கமலம் முன்னிலையில் செய்ய வேண்டும். தெரிந்தவர்களது மிருகங்களுக்கு அவர்கள் முன்னிலையில் இப்படியான விடயங்கள் செய்யும்போது தேவையில்லாத பரபரப்பும் ரென்சனும் ஏற்படும். அதைத் தவிர்க்க விரும்பினேன்.

நீலமேகம் காயமடைந்த சம்பவம் நடந்த இரண்டுநாட்களில் தாம்பரத்திலிருந்து கண்ணபிரான் என்ற கால்நடை வைத்தியர் வரவழைக்கப்பட்டார்; கொம்பு வெட்டப்பட்டது. அதற்கான ஒழுங்குகளை ராமசாமியே செய்தான். கண்ணபிரான் ஏற்கெனவே விதையெடுக்க வந்து ஏமாற்றமடைந்து போனவர்.

ராமசாமி நேரில் சென்று அவரிடம் முற்பணம் கொடுத்தபோதே வருவதற்குச் சம்மதித்தார்.

கண்ணபிரான் மோட்டார் சைக்கிளில் வந்து இறங்கிய போது நானும் அவரைச் சந்தித்தேன்.

ராமசாமி, சிலோன் டாக்டர் என்று என்னை அறிமுகப்படுத்தியபோது நானும் 'வெட்ணரி' டாக்டர்தான் என அவரிடம் சொன்னேன். அவரிடம், வேலனுக்கு மயக்க ஊசி போட்டு மயக்கிய பின்பு கொம்பை அறுக்கும்படி கேட்டுக்கொண்டேன். அவருக்கு அது புதுமையாக இருந்தது. ஆனாலும் எனது வேண்டுகோளுக்கிணங்க மயக்க ஊசியால் மயங்கிய வேலனுக்குக் கொம்பைச் சுற்றி மரத்துப் போவதற்கான ஊசி போட்டு இரும்பு வாளால் வெட்டினார்கள்.

கொம்பு மீண்டும் வளராமல் இருப்பதற்காக, ஏற்கெனவே நான் தயாராக வைத்திருந்த பழுக்கக் குறி சுடும் இரும்பால் கொம்பு எரிக்கப்பட்டது. இரத்தம் வழிந்த இடத்தில் காய்ச்சிய இரும்பால் சுட்டபோது வழிந்துகொண்டிருந்த இரத்தமும் நின்றது.

கிடாய் வளர்ந்து, வயதான பின்பு செய்வதால் மீண்டும் கொம்பு முளைக்கச் சாத்தியங்கள் உள்ளன என்பதைக் கமலத்திடம் சொல்லி, ஏற்கெனவே தனது வீட்டிற்கு அனுப்பி யிருந்தான் ராமசாமி. கமலம் பார்க்குமோ என்ற எந்தப் பயமும் இல்லாது கொம்பு வெட்டும் வேலையைச் செய்ய முடிந்தது.

கொம்பை வெட்டியதும், கண்ணபிரானிடம் ராமசாமி என்னை அறிமுகப்படுத்தி இங்கு பக்கத்திலுள்ள பண்ணையில் நான் வேலை செய்வதாகச் சொன்னபோது, "இலங்கையில் கால்நடை வைத்தியர்தானே? நீங்களே இதனைச் செய்திருக்கலாமே சார்" என்றார்.

அவர் கேட்ட கேள்விக்கு உண்மையான பதிலைச் சொல்ல விரும்பினால், கமலத்தின் கதையை அவருக்குச் சொல்ல வேண்டும். மற்றவர்களது தனிப்பட்ட வாழ்க்கையை மூன்றாவது நபரிடம் சொல்ல நமக்கு உரிமையில்லையே. ராமசாமி வளர்த்த நாய்போல் எனது முகத்தை ஆர்வமுடன் பார்த்தபடி நின்றான். அவனுக்கும் அந்தக் கேள்விக்குப் பதில் தேவையாக இருந்ததை அறிவேன்.

"என்னவென்றாலும் நான் இலங்கையில் படித்தவன். எனக்கு இங்கு மிருக வைத்தியராக வேலை செய்ய லைசென்ஸ் இல்லை" என்றேன்.

"அதெல்லாம் பிரச்சினையல்ல. இந்த மாதிரி விடயங்களை இங்கு கிராமத்தவரே செய்கிறார்கள்" எனச் சிரித்தார்.

"இந்தக் கிடாய் இவர்களுக்கு மிகவும் வேண்டியது. அதனாலே மயக்க மருந்து கொடுத்துச் செய்ய வேண்டுமென நினைத்து உங்களை அழைத்தார்கள்" என்றேன்.

வேலன் எழுந்து நடக்க இரண்டு மணிநேரம் ஆகியது. அதுவரை நானும் அங்கிருந்தேன். தூக்கத்தில் எழுந்து வருவது போல் வேலன் எழுந்து நடப்பதற்கும், கலங்கிய கண்களுடன் கமலம் வருவதற்கும் சரியாக இருந்தது. கமலம் நிலத்திலிருந்து வேலனைக் கட்டித் தழுவினாள். வேலன் அவளது தோளில் தனது தலையை வைத்து எங்களைப் பார்த்தான். கொம்பிருந்த இடத்தில் இரண்டு கருகிய புள்ளிகள் தெரிந்தன. ஏற்கெனவே காதுகள் கொம்புக்குப் பின்னால் ஆல் இலைபோல் இருந்தவை. இப்பொழுது வாழை இலைபோல் காட்சியளித்தன.

கமலத்திடமிருந்து வார்த்தைகள் எதுவும் வரவில்லை. இந்தப் பெண் இவ்வளவு விசித்திரமாக இருக்கிறாளே? இவள் வேலனைத் தனது காதலன் வேலழகனாகப் பார்க்கிறாளா? காயமடைந்த தனது மனப்புண்ணுக்கு ஒரு மருந்தாக நினைக்கிறாளா? எவ்வளவு காலம் இந்த உறவு நீடிக்கும்? ஆட்டுக்கிடாய் எவ்வளவு காலம் உயிர் வாழும்?

ஆறுமாதத்தில் தன் தாய் ஆட்டின்மீது வேலன் ஏற முயல்வதாக ராமசாமி என்னிடம் கூறினான். எனது ஆலோசனைப்படி கமலம் தனது உறவினர்களிடம், தாய் ஆட்டைக் கொடுத்துவிட்டாள். அந்தத் தாய் ஆடே அவளது காதலனால் வளர்க்கப்பட்டதுதான்.

கமலத்தின் வீட்டிலிருந்து பண்ணைக்கு வந்து கொண்டிருந்தபோது, "சார், உனக்குத் தெரியுமா?" என்று கேட்டு விட்டு எனக்கு இதுவரை தெரியாத ஒரு விடயத்தைச் சொன்னான் ராமசாமி.

பண்ணையில் ஒரு மிருகம்

“சார் கிணற்றில் குதித்துத் தற்கொலை செய்த பெண் கற்பகத்தின் சொந்த அண்ணன்தான் வேலழகன்.”

அந்தத் தகவல் எனக்கு அதிர்ச்சியைக் கொடுத்தது. பக்கத்துக் கிராமத்தைச் சேர்ந்தவனிடம் காதல் வந்திருக்கும். காதல், சாதி, மதம், பணம் பார்ப்பது இல்லைதான். ஆனால் நீலமேகத்தின் வெறிக்குக் காரணத்தைப் புரிந்துகொள்ள முடிந்தது.

“எப்படி இவர்களிடம் தொடர்பு வந்தது?”

“வேலழகன் கமலத்தோடு ஒன்றாகத் தாம்பரத்தில் படித்தவன். அத்தோட இங்கு மாடுகளைப் பார்க்கிறது, உணவு வைக்கிறது என வேலைகளைச் செய்துவந்தான். என்னோடு நல்லா பேசுவான். அந்தக் காலத்திலே அவனுக்கு கமலத்துடன் காதல் ஏற்பட்டது. இருவரும் வீட்டுக்குத் தெரியாமல் போய் அவனது மாமா வீட்டிலிருந்தார்கள். அங்கு நீலமேகமும் தம்பி ஏழுமலை யும் இரவோடு இரவாகப் போய் கமலத்தைக் கொண்டுவந்தார்கள். இது நடந்து ஒரு கிழமையில் வேலழகனைக் காணவில்லை. பொலிஸில் முறைப்பாடு செய்தார்கள். பிரயோசனமில்லை. காதல் தோல்வியில் எங்கோ காணாமல் போய்விட்டானென்று பேசினார்கள். பொலிஸும் அப்படியொரு முடிவு கட்டிவிட்டார்கள் சார். நான் நம்பவில்லை. இவங்க ஏதோ செய்திருக்க வேண்டும். எனது மாமாக்கள், சாதித் திமிர் கொண்டவர்கள் சார். பொலிஸுக்குப் பணத்தை வீசியிருப்பார்கள்.”

எனது மனக் குகையில், கேள்விகளாக ஏற்கெனவே தொங்கிய பல வௌவால்களுடன் புதிதாக ஒன்று வந்துசேர்ந்தது.

சாதிவெறி தலைவிரித்தாடும் இந்த ஊரிலிருந்துகொண்டு ராமசாமியால் சாதிக்கெதிராக எப்படிப் பேச முடிகிறது, சிந்திக்க முடிகிறது, மாமாக்களுக்கு எதிராகப் பேச முடிகிறது?

எனக்குப் புதிராக இருந்தது.

கிராமத்தில் வாழ்பவர்கள் எளிமையானவர்கள். சிக்கலற்று இருப்பார்கள் என்ற எண்ணம் முதல் நாளே மேஸ்திரியால் தலைகீழாக்கப்பட்டது. அப்போதும் இந்தப் பண்ணையில் நான் சந்தித்தவர்களில் ராமசாமி மட்டுமே வெள்ளந்தி, ஒளிவுமறைவற்றவன் என நினைத்தேன். ஆனால் ராமசாமி விடயத்திலும் நான் நினைப்பது தவறெனத் தெரிகிறது. அவனது சாதி மீறிய சிந்தனை ஒரு அசாதாரணம். அதைப் புரிந்துகொள்ள முடியவில்லை. ஒவ்வொரு மனிதரும் ஏதோ விதத்தில் அகச்சிக்கல் உள்ளவர்கள்.

அடுத்தநாள் மாலை பண்ணையில் மேஸ்திரி, நாயக்கர், கிருஷ்ணன் மூவரும் நீலமேகத்தைப் பார்க்கச் சென்றுவிட்டார்கள். நான் மட்டும் பண்ணை வீட்டில் தனித்து விடப்பட்டேன். இரவு உணவருந்தியபின் வீட்டுத் திண்ணையிலுள்ள பிரம்பு நாற்காலியில் உட்கார்ந்து, சிமெந்துத் திண்டில் காலை நீட்டியபடித் தனியாகவிருந்தேன். என் தலைக்கு மேல் ஒரு மின்சார விளக்கு எரிந்தது. எதிரே மெல்லிய பிறை நிலவு தலைகாட்டினாலும் இருள் கருங்கல்லால் கட்டிய கோட்டைச் சுவராக அந்த வீட்டைச் சுற்றியிருந்தது. நீர் நிரம்பிய குளத்துக் கரையிலிருந்து தவளைகளின் குரல் மட்டும் இரவின் அமைதியைக் கலைத்தது. இதமான காற்று உடலைத் தடவிச் சென்றது.

உணவருந்தியதால் ஒரு வில்ஸ் சிகரட்டை எடுத்துப் பற்றவைக்க நினைத்தேன். பல்கலைக்கழகத்தில் தொற்றிய இந்தப் புகைப்பழக்கம் இடைக்கிடையே தனிமையில் பண்ணையில் இருக்கும்போது மட்டும் வந்து நலம் விசாரித்துப் போகும். புகைப்பதை வெறுக்கும் மனைவியுடன் வீட்டில் இருக்கும் நேரங்களில் நல்ல பிள்ளை; பண்ணையில் தங்கும் நாட்களில் எனது சுதந்திரக் கொடியை ஏற்றிச் சுதந்திரத்தைப் பிரகடனம் செய்து, சிகரட்டைப் புகைக்க நினைப்பது இந்த மட்டுமே.

பண்ணையில் தலைக்குமேல் தனிமையாக எரிந்து கொண்டிருந்த அந்த ஒரு லைட்டும் திடீரென அணைந்தது. மின்சாரம் தடைப்பட்டுவிட்டதே எனநினைத்தபடித் தரையிலிருந்த நெருப்புப் பெட்டியை எடுத்துக் குச்சியைத் தேய்த்து சிகரட்டைப் பற்றவைக்க முயன்றேன். குச்சியில் பற்றிய நெருப்பு, தீபமாக எரிந்து சிகரட் முனைக்கு அருகில் சென்றதும் உடனே அணைந்தது. மீண்டும் ஒரு குச்சியை உராய்ந்தபோது நெருப்பு வந்தபோதிலும் சிகரட் அருகில் இரண்டாவது முறையும் அணைந்தது. யாரோ அருகில் நின்று எரியும் நெருப்பை ஊதி அணைப்பது போன்று உணர்ந்தேன்.

வெளிச்சம் திடீரெனப் போனதால் எதுவும் தெரியவில்லை.

மூன்றாவது தீக்குச்சியைப் பற்றவைத்தபோதும், அதுவும் முன்போல் அணைந்தது.

“உடம்புக்கு நல்லதில்லை சார்” என்ற குரல் கேட்டது.

இங்கு யார் எனக்குச் சொல்ல முடியும்? என் மனைவிதான் இங்கில்லையே. என்னை அதிகாரம் பண்ண, அதுவும் பெண்குரல்? பதறியபடிச் சுற்றுமுற்றும் பார்த்தபோது, இருட்டின் ஊடாகக் கண்களைப் பழக்கிப் பார்த்தபோது எதிரில் வேப்பமரத்தில் சாய்ந்தபடி கற்பகம் நின்றுகொண்டிருந்தாள். அவளது உருவம்

நிழலாக வேப்பமரத்தில் படிந்திருந்தது. மூக்குத்தி மங்கலான நிலவொளியில் ஒளிர்ந்தது. அவளது இடது கால் பின்பக்கமாக மடிந்து வேப்பமரத்திலிருந்தது. அவள் சாய்ந்திருந்த விதம் காலைவேளைகளில், கறுப்பையா மேஸ்திரி அவ்வாறு நிற்பதை நினைவுக்குக் கொண்டுவந்தது. அவர் வேப்பங்குச்சியால் பல் துலக்கியபடியிருப்பார்.

எனக்குப் பதற்றம் நீங்கி, ஆறுதலாகச் சுவாசம் வந்தது. இரத்த ஓட்டம் சீரானது. பெண் முன்பாக வெற்றுடம்புடன் இருப்பது சற்று வெட்கத்தை அளித்ததால் எழும்ப முயன்றபோது, முடியவில்லை. கதிரையில் ஒட்டியதுபோல இருந்தது.

"சார் நீ சிகரட் குடிப்பது வழக்கமா?"

"எப்பவாவது மட்டுமே. தனிமையில் இருக்கும்போது."

"அப்படியா, அவனுங்க உன்னைத் தனியே விட்டுவிட்டு அவனைப் பார்க்கப் போய்விட்டார்கள்."

அவள் பேசியதிலிருந்த அலட்சியம் மனதில் நெருடியது. தனது கோபத்தை வார்த்தைகளில் காட்டுகிறாள் போலும்.

"ஏன் இன்றைக்கு வந்துவிட்டாய்?" என்றேன்.

"சார், இன்று நீ செய்தது சரியல்ல. வேலனின் கொம்பை வெட்டிட்ட. ஏன் உனக்கு அந்த வேலை?"

"நான் வெட்டவில்லை."

"நீ சொன்னபடியால்தான் கமலம் ஒத்துக்கொண்டது."

"அப்படிச் செய்யாவிட்டால் வேலனை விதையடித்தோ, கறியாக்கியோ விடுவார்கள். நீலமேகத்தின் விதைகளை வைத்தியசாலையில் நீக்கிவிட்டதாக ராமசாமி சொன்னான். அடிபட்ட பாம்பாக வைத்தியசாலையிலிருந்து வரும் நீலமேகம் வேலனை மறப்பாரா? அவரால் கமலம் மிகவும் துன்பமடையும். குறைந்தபட்சமாகக் கொம்பை வெட்டியிருப்பதால் அவரது கோபம் தணியும்."

"ஏழுமலை தப்பிட்டானே."

"ஆமா நீலமேகம், ஏழுமலையின் மேல் ஏன் இவ்வளவு வஞ்சினம்?"

"அவர்கள் எனக்கு மட்டுமல்ல. எங்கள் குடும்பத்திற்கும் எதிரிகள். அது மட்டும்தான் சொல்ல முடியும். நான் வாறேன்," என்றபடிக் கிணற்றை நோக்கிச் சென்றாள்.

நிழலாகக் கடந்த அவளது அசைவுகளைப் பார்த்தபடி அந்த சிகரெட்டை மீண்டும் பற்றவைத்தேன்.

சாதியின் காரணமாக நடந்த கொலைகளுக்கு நியாயம் கிடைக்கவில்லை. வேலழகன் இவளது அண்ணன். அவன் கமலத்தின் மேல் கொண்ட காதலின் காரணத்தாலும் கொலை செய்திருக்கிறார்கள். அந்தக் கொலைகள் சம்பவங்களாகக் கூட நினைவுகொள்ளப்படவில்லை. அநீதிகளுக்கு, நியாயங்கள் இல்லாதபோது அசாதாரணமான பழிவாங்கல் நடக்கிறதோ? பாதிக்கப்பட்டவர்கள் ஏழைகளாகவும் சாதியில் கீழ்நிலையிலும் இருந்தால் யார்தான் நியாயம் தருவார்கள்?

அவர்களுக்கு ஏதோ ஒருவிதத்தில் நியாயம் கிடைக்க வேண்டும்.

9

கிருஷ்ணனின் தேவி லீலை

"சிவப்பி கன்று போடுவதற்காக அவதிப்படுகிறது. ஒரு இடத்தில் நிற்கவில்லை. மா... மா... மா என்று அழுதபடியே நிற்கிறது."

ஈனுவதற்குத் தயாராகிறதோ? மாலை பால் கறந்துவிட்டு ராமசாமி வந்து சொன்னதும் நேரே சென்று தொழுவத்தைப் பார்த்தேன்.

சிவப்பிக்கு மாதங்கள் சரியாக இருக்க வேண்டும். ஏற்கெனவே பலமுறை பரிசோதித்துள்ளேன். கடைசியாக ஒரு மாதம் முன்பும் பரிசோதித்தேன். இப்போதுதான் நினைவுக்கு வந்தது. முதல்முறை கற்பகம் சொல்லித்தானே சோதித்தேன். அன்று அவளது தோற்றம், குரல், உடல்மொழியெல்லாம் பசுமையாக இருந்தன.

கையில் சவர்க்காரத்தைத் தடவிச் சிவப்பியின் குதத்துள் கையை விட்டுப் பார்த்தபோது, இடுப்புக்குள் முற்றாகக் கன்று வந்திருந்தது. கையைக் கழுவி அதன் பின்பு டெட்டோலைப் போட்டுச் சுத்தமாக்கியபின் ஜனனத்துவாரத்துள் கையை வைத்துப் பார்த்தேன். முழுவதாகக் கருப்பையின் வாய் திறக்கவில்லை. நாளை காலையில் கன்று போடுவதற்குச் சரியாக இருக்குமென்று நினைத்து, இரவு பத்துமணிவரையும் மணிக்கொரு தடவை சென்று பார்த்தேன்.

ஏற்கெனவே அது ஈன்ற மாடாக இருந்ததால், சிசேரியனில் முடியாது என்ற நம்பிக்கையிருந்தது. ஆக மிஞ்சினால், பெரிய கன்றாக இருந்தால் கைவிட்டு

இழுக்க வேண்டும். இந்தப் பண்ணையில் அதிக உபகரணங்கள் இல்லை. ஆனால் ஆட்பலமிருப்பதால் நிலைமையைச் சமாளிக்க முடியுமென்ற தன்னம்பிக்கையிருந்தது.

ஏதாவது அவசரமென்றால் என்னை அழைக்கும்படிக் கூறி, சிவப்பிக்குக் காவலாக அன்று இரவு கிருஷ்ணனைத் தொழுவத்தில் படுக்க அனுப்பினேன்.

அதிகாலை ஆறுமணியளவில் கட்டிலில் விழித்தபடி, தூக்க மயக்கத்திலிருந்த என்னிடம் கிருஷ்ணன் ஓடிவந்து, “சார் கன்றின் கால்கள் வெளியே வருகிறது” என்றான்.

சுடுநீர், சவர்க்காரம், அழுக்கற்ற பழைய துணிகளைத் தயார்ப்படுத்தும்படி மேஸ்திரியிடம் சொல்லிவிட்டு, நான் அங்கு போய்ப் பார்த்தபோது இரண்டு சிவப்புக்கால்கள் வெண்ணிறக் குளம்புகளோடு வெளிவந்திருந்தன. ஆனால், தலையைக் காணவில்லை. கையை விட்டுப் பார்த்தபோது இடுப்புக்குள் கழுத்து மடங்கி இருந்தது; வாய்ப்பகுதி உள்நோக்கியிருந்தது. எனது நடுவிரலைக் கன்றின் வாயருகே கொண்டுசென்றபோது எனது விரலைச் சூப்பியது. அது சூப்பிய வேகம் உயிரோடு புவியை அவசரமாகப் பார்ப்பதற்குத் துடிப்பதை உணர்த்தியது. சாதாரணமாக நாம் நினைப்பதுபோல் முட்டையைத் தாய்க்கோழி கொத்தி உடைப்பதில்லை. உள்ளிருந்த குஞ்சே உடைக்கிறது. பசு கன்றை ஈனுவதில்லை. கன்றே தனது அவசரத்தால் வெளியே வருகின்றது. இனிமேல் எமக்குப் பாதுகாப்பு தேவையில்லை என்ற உணர்வு வந்ததும் அவை வெளிவரத் துடிக்கின்றன.

நான் நினைத்ததுபோல் பெரிய கன்று. செயற்கை முறையில் சினைப்படுத்திய விந்து பெரிய காளையினதாக இருக்கலாம். நல்லவேளையாக முன்பக்கம் கன்று இருப்பதால் கொஞ்சம் இலகுவானதென்று நினைத்தபடிக் கடலை எண்ணெய்யை உள்ளே விட்டுக் கையால் தலையைத் திருப்பி மெதுவாகக் கொண்டுவந்து இழுப்பதற்கு அரைமணியாகிவிட்டது. அவசரப்பட்டுச் செய்ய முடியாத விடயம். பசுவின் உள்ளே இருந்து கன்றைத் தள்ளும் விசை மிகவும் பலமானது; நறுவிசாக எடுக்க வேண்டும். உடல் பலம் பிரயோசனப்படாது. தானாக வெளிவராத இளங்கொடியை இழுத்து வெளியில் எடுத்தேன்.

பரவாயில்லை. என்னை நானே மெச்சிக்கொண்டேன். மாட்டிலிருந்து கன்றை எடுத்துக் கிட்டத்தட்ட ஒருவருடம் ஆகிவிட்டது. கடைசியாக இதேமாதிரி இலங்கையில் ஓர் இரவில் ஒருமணிநேரம் செலவழித்த பின் வெற்றிகரமாக எடுத்து விட்டேன் என நினைத்தபோது அந்தக் கன்று இறந்திருந்தது.

காளைக்கன்று உருவத்தில் தாயின் அச்சாக இருந்தது. கழுத்து வளைந்து கேள்விக்குறியாக இருந்தது. எழுந்து நிற்கவில்லை. அத்துடன் தலையை நிமிர்த்தித் தாயிடம் பால் குடிக்கத் தயாராக இல்லை. சிவப்பி முகத்தில் மட்டும் சிலமுறை நக்கிவிட்டு நிறுத்திவிடும். கன்றின் கழுத்து நிமிரும்வரை போத்தலால் பால் புகட்டிப் பராமரிக்கும் வேலை இருந்தது. காலை ஒன்பது மணிவரையும் கிருஷ்ணனே பார்த்தான். நிலத்தில் கிடந்த கன்றின் சுவாசத்தை அதிகரிக்கப் பழைய துணிகளால் கன்றின் உடலை அழுத்தித் துடைத்தபடியும் இருந்தான். அழுத்தித் துடைப்பது தாய்ப்பசு நாக்கால் நக்குவதற்குச் சமனானது.

கன்றுக்குத் தொடர்ச்சியாகப் போத்தலில் பால் புகட்டச் சொல்லிவிட்டு, காலையில் கிருஷ்ணனுக்குத் துணையாக வேலைக்கு வந்த தேவியை அனுப்பினேன்.

நான் இடைக்கிடையே போய்ப் பார்த்தேன். கன்று மெதுவாகத் தலை நிமிர்த்தத் தொடங்கியதும், "தாயின் மடியருகே அதன் வாயைக் கொண்டுசெல்லுங்கள்" எனச் சொன்னேன்.

மாலை நான்கு மணிக்குப் பால்க்கார ராமசாமியும் வந்து கிருஷ்ணனுக்கு உதவியாக இருந்தான். வேலை செய்தவர்கள் மாலை ஆறுமணிக்குப் போய்விட்டார்கள். கன்றும் எழுந்து நின்று பால் குடிக்கத் தொடங்கிவிட்டது. ஒருவிதத்தில் நேற்று மாலையிலிருந்து இன்று மாலைவரை தொடர்ச்சியாக கிருஷ்ணனே சிவப்பியைப் பராமரித்தபடியிருந்தான். அவனது தளராத முயற்சியே இந்தக் காளைக் கன்று தப்பியதற்கான காரணமென்பதால் நீலன் என்று பெயர் வைக்கட்டும் என ராமசாமியிடம் சொல்லியிருந்தேன்.

"ஆமா சார் அது நல்ல யோசனை" என்று சொல்லிவிட்டு அவன் வீடு சென்றான்.

இரவு எட்டுமணியளவில் உணவு உண்ணும் நேரத்தில் கிருஷ்ணனைக் காணவில்லை. மேஸ்திரி, பண்ணை வீட்டிற்கு அவன் வரவில்லை என்றார். எங்கே என்று துரைநாயக்கரிடம் கேட்டபோது, மாலை நேரமானதால் தேவியை வீட்டில் விடுவதற்காகப் போய்விட்டான் என்று கூறினார்.

அடுத்த நாள் காலை வழமைபோல் விடிந்தது. சூரியன் குன்றுகளின் மீதேறி மெதுவாக வருவதற்கும் முன்பாகவே வெக்கை பண்ணைக்கு வந்துவிட்டது. வெறும் உடலோடு கதிரையிலிருந்தபடி வேப்பமரத்தின் உச்சிக்கிளைகளில் வந்திறங்கிய நீர்ப்பறவைகளைப் பார்த்தபடி துரைநாயக்கர் தந்த தேநீரைக் குடித்துக்கொண்டிருந்தேன். அந்தக் கொக்கை

நரிக்குறவன் சுட்டபின்பு காலையில் வேப்பமரத்தில் வந்து இளைப்பாறும் கொக்குகளின் எண்ணிக்கை குறைந்துவிட்டதோ? சிலநாட்கள் வேடிக்கையாக அவற்றை எண்ணிப் பார்ப்பதுண்டு.

அப்படி எண்ணியபடியிருந்த என்னை நிலமதிரவைக்கும் தோல் செருப்புகளின் ஓசைகள் வந்தடைந்தன. அந்த ஓசைகளிலே கோபம் கலந்திருந்ததை உணர முடிந்தது.

மேஸ்திரி தொழுவத்திலிருந்து வேகமாக வந்து தலையில் கட்டியிருந்த தனது துண்டைக் கழற்றித் தோளில் போட்டபடி, முடிகொண்ட நெஞ்சை முன்தள்ளி, "சார் தேவியை உடனே வேலையிலிருந்து நிறுத்த வேண்டும்" என்றார் கண்களில் அக்கினி எரிய.

அவரது குரலிலிருந்த வேகம், முகத்திலிருந்த கோபம் எனக்கு ஆச்சரியத்தைக் கொடுத்தது. பண்ணைக்கு வந்த அன்று இதே மாதிரியான உச்சக்குரலில்தான் பெண்களுடன் கவனமாக இருக்கும்படி என்னை எச்சரித்தார்.

இந்த மனிதனுக்கு என்ன நடந்துவிட்டது? எனது ஆச்சரியத்தை வெளிக்காட்டாது தொடர்ந்து தேநீரைக் குடித்தபடி, "ஏன்? என்ன நடந்தது?" என்றேன்.

"இரவு முழுவதும் கிருஷ்ணன் பண்ணைக்கு வரவில்லை. தேவி வீட்டில் இருந்திருக்கிறான். தேவடியாப்பய."

"ஏன் தேவியின் பெற்றோர் இல்லையா?" என்று கேட்டு, அவரது வார்த்தைகளின் கடுமையை உதாசீனம் செய்தேன்.

"அவர்கள் ஊரில் இல்லை."

"சரி, இப்போது என்ன நடந்தது?"

"பண்ணையில் உள்ளவர்களை அவர்கள் இஸ்டம்போல் நடக்க அனுமதித்தால் எந்த ஒழுங்கும் இராது. மற்றைய பெண் களும் கெட்டுவிடுவார்கள். கண்டிப்போடு நடக்க வேண்டும்."

"அப்படியிருந்தார்கள் என்பதற்கு ஆதாரமில்லையே? அப்படியென்றாலும் அவர்கள் பண்ணைக்கு வெளியால் ஒன்றாக இருப்பதை நாம் எப்படித் தடுக்க முடியும்?"

"தேவி மற்றவர்களையும் கெடுத்துவிடுவாள். அதைவிட இருவரும் வேறுவேறு சாதி சார். இதை முளையிலே கிள்ள வேண்டும்."

இவரது பிரச்சினை என்ன? அவன் தேவியின் வீட்டில் இரவிலிருந்தால் இவருக்கென்ன?

அதில் என்ன குற்றம் காண முடியும்?

இதில் என்ன சாதிப் பிரச்சினை உள்ளது?

இரண்டு சாதியைச் சேர்ந்த ஆணும் பெண்ணும் ஒன்றாக இருந்தால் எதற்கு நாம் நடவடிக்கை எடுக்க வேண்டும்?

அதுவும் தேவியை மட்டும் வேலையிலிருந்து நீக்குவது எப்படி நியாயமாகும்?

எல்லாமே முரணாக இருந்தன.

"நான் இருவரையும் விசாரிக்கிறேன்; அதன் பின்பு முடிவுக்கு வருகிறேன்" என எழுந்து அறையினுள் சென்றேன்.

திரும்பி அவரைப் பார்க்காதுவிடினும், அவரது முகத்தில் அமைதியற்று ஏமாற்றமிருக்குமெனத் தெரியும். நான் அவரது குற்றச்சாட்டை அலட்சியம் செய்வதாக நினைத்திருக்கலாம்.

என்னைப் பொறுத்தவரை தேவியைத் தனியாக அழைத்து விசாரிக்க வேண்டுமென்று எண்ணியிருந்தேன். ஆனாலும் என்ன காரணம் என்று கேட்க முடியும்?

ஒரு நாள் ஆறவிட்டேன். விடயங்கள் நடந்த உடன் விசாரணை செய்தால் ஒவ்வொருவரும் தமது தரப்பை உணர்வுரீதியாக மட்டுமே பார்ப்பார்கள். அதனால் உண்மை சேற்றில் புதைந்திடும்.

அடுத்த நாள் தேவியை அழைத்து விசாரித்தேன். அப்படி விசாரித்தது மற்றவர்களுக்குத் தெரியக்கூடாது; மாட்டுத் தொழுவத்திற்கு அருகில் வளர்ந்திருக்கும் புல்புதருக்கு இடையில் சிறிய இடைவெளி உள்ளது. அந்த இடத்தைத் தேர்ந்தெடுத்த தற்குக் காரணமும் உண்டு.

நான் பேசுவதை மற்றவர்கள் பார்த்தால் பரவாயில்லை; கேட்கக் கூடாதென்பதே எனது நோக்கம். தொழுவத்திற்கு அருகேயானதால் மாட்டுக்கு உணவு வைக்கும் பையன்களும் சிறிது தூரத்தில் நின்றார்கள். நாளைக்கு எனக்கும் தேவிக்கும் தொடர்பென மாற்றிப்போடக்கூடிய மனிதர் இந்த மேஸ்திரி ஆனதால் கடந்த ஆறுமாதங்களாக அவதானமாக நடக்கிறேன்.

அங்கு நான் நின்றுகொண்டு தொழுவத்தில் சிவப்பியின் காளைக் கன்றருகே நின்றவளைக் கையைக் காட்டி அழைத்தேன்.

வழமையாக என்னுடன் அதிகம் பேசாத பெண் இவளே. எனக்குச் சமைப்பதும் தண்ணீர் எடுத்துவைப்பதுமான வேலை களைச் செய்வது ராணியும் அன்பரசியுமே. அவர்கள் நேரே

பார்த்துப் பேசுவார்கள். ராணி, வீரராகவனது தங்கை. அத்துடன் நான் வைத்தியம் செய்ததாலும் உரிமையை எடுத்துக்கொண்டு அவளிடம் நேராகக் கேட்பேன். அன்பரசி மெலிந்த, சிவப்புப் பெண். அவளைப் பால்க்காரர் ராமசாமி வளைக்க முயல்வதாக மேஸ்திரி அடிக்கடி சொல்வார். தேவி நிலம் பார்த்து நடப்பவள். மற்ற பெண்களிலும் வயது குறைவாக இருக்கும்—எப்படியும் பதினெட்டு வயதுக்குக் கீழேதான். உயரம் குறைவு. மாநிறமிருக்கும்.

பெண்களிடம் விசாரணை செய்வது மிகவும் கடினமானது; அதிலும் இளம் பெண்கள்; கேட்ட உடனே அழுதுவிடுவார்கள். அத்துடன் அவர்கள் ஏதாவது விடயத்தை மாற்றி வேறு ஏதாவது சொல்லிவிட்டால், அவர்களையே சமூகம் நம்பும் என்ற எண்ணம் மனத்தில் வந்து மறைந்தது. அதிலும் எனது இலங்கைத் தமிழில் இவர்களிடம் பேசும்போது மிகவும் கவனமாக இருக்க வேண்டும்.

அதை இலங்கையில் இருந்தபோது ஒரு சம்பவத்தின் மூலம் அறிந்தேன். எனக்குக் கீழ் வேலைசெய்த ஓர் இளம் பெண்ணைக் கிராமங்களுக்குச் சென்று கோழித் தடை மருந்துகளைக் கொடுத்து வரும்படிச் சொல்லாமல், அலுவலக வேலைகளுக்குப் பாவித்தேன். பிற்காலத்தில் அதை மற்றவர்கள் புகாராக என்னிடம் சொல்ல, நான் அந்தப் பெண்ணை மற்றவர்கள்போல் வெளிவேலையும் செய்யும்படிக் கேட்டுக்கொண்டேன். அவள் மறுக்க, இருவருக்கும் வாய்த் தர்க்கமாகியது. அந்தப் பெண்ணைப் பாலியல் தொந்தரவு செய்ததாக அவளது கணவன் என்னைத் தாக்க வந்தான். நல்ல வேளையாக மற்றைய பணியாளர்களது ஆதரவு இருந்ததால் எந்தச் சேதாரமுமின்றித் தப்பினேன்.

எனது அருகே வந்த தேவி நிலத்தைப் பார்த்தபடிப் பெருவிரலை எழுத்தாணியாக்கி நிலத்தில் ஓவியம் வரைந்தாள். அவளிடம் நேரடியாகப் பேச வேண்டுமென நினைத்தபடி, “இங்க பார் தேவி, இரவு உனது வீட்டில் கிருஷ்ணன் இருந்ததாகச் சொல்லி உன்னைப் பண்ணையிலிருந்து விலக்கவேண்டும் என்கிறார் கறுப்பையா மேஸ்திரி. இது உண்மையா என்பதை நீதான் சொல்ல வேண்டும்.”

நீர் நிரம்பிய கண்களால், அமைதியான அதிரடித் தாக்குதலை நடத்திவிட்டுத் தொடர்ந்து கண்ணீர் சொரிந்தாள்.

எனது மனசாட்சி, என்னிடம் ‘நீ இப்படிக் கேட்பது மிகவும் நாகரிகமில்லாத விடயம், அதுவும் ஒரு இளம் பெண்ணிடமே கேட்கிறாயே’ என்றது.

நான், ஒருவேளை இலங்கையில் இருந்திருந்தால் மேஸ்திரியிடம், ‘யார் யாரோடு இருந்தால் நமக்கென்ன. அதுவும்

பண்ணைக்கு வெளியே நடப்பது நமக்குத் தேவையில்லாத விடயம். உமது வேலையைப் பார்த்துக்கொண்டு போம்' என்று சொல்லியிருப்பேன்.

ஆனால் இங்கு அப்படி நடக்க முடியாதே. நான் என்ன செய்ய?

கிட்டத்தட்ட இரண்டு நிமிடங்கள் அவளைப் பார்த்தபடி நின்றேன். எனது வாழ்க்கையில் ஒரு பெண்ணை இப்படி அவமானப்படுத்துவதும், நான் அவமானப்படுவதும் இதுவே முதல்முறை. நிர்வாணமாக நிற்பது போன்ற நிலை. வேலையே வேண்டாம் எனச் சொல்லிவிட்டுச் சென்னைக்குத் திரும்புவோமா? என்னால் போக முடியும். நான் போனால் தேவிக்கு ஏதாவது நன்மை நடக்குமென்பது நிச்சயமில்லை.

ஓர் அளவு என்னைத் திடப்படுத்தியபடி, "நீ இதற்குப் பதில் சொல்லாவிடில், நான் என்ன செய்ய முடியும்?" என்று சொல்லிவிட்டு நாக்கைக் கடித்துக்கொண்டேன், "நீ சொல்லாவிட்டாலும் பரவாயில்லை. எதுவும் இல்லையென்று சொன்னால் நல்லாயிருக்கும்."

தொண்டையில் சிக்கிய சிறுமுள்ளை உள்ளே அனுப்பப் பெரிய சோற்றுக் கவளத்தோடு, முண்டி விழுங்கும்படி எனது அம்மா சிறுவயதில் சொல்லுவதுண்டு. அதுபோல் எனது வார்த்தையை நானே விழுங்கினேன்.

தலைகுனிந்தபடிக் கண்களைக் கசக்கியவளிடமிருந்து விம்மலும் விக்கலும் வெளியே வந்து, எனது முகத்தில் தாறுமாறாக அறைந்தன. அவளது முழு உடலும் குலுங்கியது.

இந்தப் பெண் என்னிடம் பேசப்போவதில்லை. இதற்கு மேல் கேள்வி கேட்பது, அவளைத் துன்புறுத்துவதாகும் என நினைத்து, "சரி போய் உன் வேலையைச் செய்" என்று சொன்னேன்.

முகத்தைக் கசக்கியபடி அடிமேல் அடிவைத்து நடந்தாள்.

அவளை இந்த நிலைக்குக் கொண்டுவந்தது சரியா?

தனிமனிதர்களது அந்தரங்கங்களில் தலையிடுவதற்கு எனக்கு என்ன உரிமையுள்ளது?

நான் யார் அவளைக் கேள்வி கேட்க? பஞ்சாயத்துப் பிரசிடண்டா?

என்னை இந்த நிலைக்குத் தள்ளிய கறுப்பையா மேஸ்திரிமீது மேலும் கோபம் வந்தது.

எனது அடுத்த விசாரணை கிருஷ்ணனிடம். ஆணிடம், அதுவும் என்னிலும் ஐந்து வருடங்கள் இளைய ஒருவனிடம் கேட்பதற்குச் சங்கடப்பட வேண்டியதில்லை.

மதியத்தின் பின்னர், வீட்டில் இருந்தேன். தோட்டத்தில் கிருஷ்ணன் வாய்க்கால் வெட்டிவிட்டு வந்தான். அவனது தேகத்தில் வியர்வை வழிந்து, அணிந்திருந்த கையற்ற சிவப்பு பனியன் அவனது தேகத்தில் சுவரொட்டியாக ஒட்டியிருந்தது. துளிகளாக வியர்வை வந்து நெற்றிப் புருவத்தில் வழிந்தது. பெயருக்கேற்றபடி கிருஷ்ணன் நல்ல கரிய நிறமும், பரந்த நெஞ்சும், மண்வெட்டி பிடித்து உறுதியான தோள்களும் கொண்ட உடற்கட்டுள்ளவன். தேவி அவனில் மயங்கியது பெரிய விடயமல்ல.

கிருஷ்ணனைக் கை நீட்டி மறித்தேன்.

வேகமாகப் படியேறி உள்ளே வந்தவன் திடீரென பிரேக் போட்டு நின்றான்.

"இங்கே இரு. உன்னை ஒன்று கேட்க வேண்டும். இரவு நீ வீட்டுக்கு வரவில்லை எனக் கறுப்பையா குதிக்கிறார். என்ன நடந்தது?"

"சார் அந்தாளுக்கு இது தேவையில்லை. எப்பவும் மற்றவர் விடயத்தில் மூக்கை நீட்டுகிறது."

"நான் அப்படித்தான் நினைக்கிறேன். ஆனால் தேவியை வேலையிலிருந்து விலக்கவேண்டுமெனக் கேட்கிறாரே? அவரால் அந்தப் பிள்ளையல்லவா பாதிக்கப்படப்போகிறது?"

"ராத்திரி, அந்தக் காளைக் கன்று தாயின் பாலைக் குடிக்க இரவாகிவிட்டது. குமர்ப்பிள்ளையைத் தனியே அனுப்பக்கூடாது என்ற நல்லெண்ணத்தில் வீட்டிற்குக் கூட்டிப்போனேன். வீட்டுக்குப் போனதும், அவர்கள் வீட்டில் சாப்பிட அழைத்தது. எப்படி சார் மறுப்பது? நீங்களே சொல்லுங்கள்" என்று என்னிடம் கேள்வி கேட்டான்.

"அவர்கள் வீட்டில் ஒருவருமில்லை?"

"பெற்றோர் வெளியூர் போயிருந்தார்கள். இறுதி பஸ்ஸில் வருவதாகச் சொன்னார்களாம்."

"இளம்பெண்ணுடன் தனியே தங்கியது தவறென நினைக்கவில்லையா?"

"சார், நான் என்ன பதில் சொல்ல முடியும்?"

"இல்லை. பாதிக்கப்படுவது அந்தப் பெண்ணின் பெயர்தானே? ஆணாகியதால் உனக்கு எந்த நட்டமும் இல்லை.

இந்த விடயம் அவர்கள் ஊரில் தெரிந்தால் எப்படி இருக்கும்? உன்னால் அதற்கு என்ன நிவாரணம் செய்ய முடியும்? அது சரி, ஏதாவது காதல் கீதல் ஏற்பட்டதா?"

"சார் எனக்கு ஊரில் அக்கா மகள் காத்திருக்கு. நான் அவளைக் கல்யாணம் கட்டாதுவிட்டால் ஊர் சேர்ந்து என்னைக் கொன்றுவிடும்."

"அப்படியானால் இந்த விடயத்தில் நீ ஒழுங்காக இருக்க வேண்டும். அக்கா மகளுக்கு என்ன வயது?"

"பன்னிரண்டு வயதுதான்... இன்னமும் ஆளாகவில்லையே."

"அடப்பாவி அந்தப் பிள்ளையை எப்படிக் கல்யாணம் கட்ட முடியும்?"

"இல்லை சார். அந்தப் பிள்ளை பெரியவளாகிய பின்புதான். சில ஆண்டுகளாவது செல்லும். அதுவரையும் காத்திருப்பேன்."

"இத்தனை வருடங்கள் காத்திருக்கப் போகிறாயா? அதுவரையும் இப்படிப் பல இடங்களில் வெள்ளாடுபோல் கடிக்கப்போகிறாய். ஆமா இது சாதியில் உள்ளதா? அல்லது உங்கள் ஊரில் மட்டுமா?"

"எங்க சாதியில் சொத்துகள் காணிகள் பிரிந்து போகாது."

"அதேநேரத்தில் அங்கும் இங்கும் கடிப்பது ஏற்றுக் கொள்ளப்படுகிறதா?"

மனத்தில் ஓர் அதிர்வை ஏற்படுத்தியபோதிலும் ஒவ்வொரு சமூகத்திலும் கலாச்சாரங்கள் பொருளாதார வளத்தைப் பாதுகாப்பதற்கே ஏற்படுகின்றன. மற்றவர்களால் அதைப் புரிந்துகொள்ள முடியாது. யாழ்ப்பாணத்தில் மச்சாள் – மச்சான் என நடக்கும் திருமணங்களும் ஒரு பரப்பு, இரு பரப்பு நிலங்களைத் தக்க வைப்பதற்காக இருந்திருக்கும். ஆரம்ப காலத்தில் இப்படிப்பட்ட பொருளாதாரக் காரணமும் அடிப்படையானது. அதேபோல் அரச குடும்பங்களில் சகோதரிகள் சகோதரர்களை மணந்த வரலாறுகளும் உள்ளன.

"உள்ளூரில் கண்டும் காணாமலும் இருப்பார்கள்" என்றான் சிரித்தபடி.

"நன்றாகப் படித்தவர்களும் இப்படியா?" எனக் கேட்டேன்.

"ஆமா சார்."

“உனது விடயம் மிகச் சிக்கலானது. கறுப்பையாவுக்கு நான் என்ன சொல்லுவது?

“அவரது நோக்கம் தேவியை வேலையிலிருந்து நிறுத்துவதா? இல்லை நீ தாழ்ந்த சாதிப் பெண்ணுடன் இருந்தற்காகப் பழி வாங்கவேண்டுமென்ற சாதித் தடிப்பா?”

“சார் அவருக்கு எதுவும் நான் சொல்லவில்லை. ஊகத்தில்தான் சொல்லுகிறார்.”

“என்னைப் பொறுத்தவரை இந்த விடயத்தில் இருவரும் சம்பந்தப்பட்டாலும் தோட்டத்திற்கு வெளியே நடந்தால் என்னால் எதுவும் செய்ய முடியாது என்பேன். அவர் தேவியை மட்டும் வேலையிலிருந்து நிறுத்து என்பதற்கு எந்த நியாயமுமில்லை. சரி நீ போ. இதைப்பற்றி வேறு யாரிடமும் பேசாதே” என்றேன்.

இந்த விடயத்தை நேரடியாக மேஸ்திரியிடம் கூறி வாய்த் தர்க்கத்திற்கு இடமளிக்காது துரைநாயக்கரிடம் சொல்வதே நல்லதென நினைத்தேன்.

அன்றிரவு மேஸ்திரி எனக்கு வசதியாக நீலமேகம் வைத்தியசாலையிலிருந்து வந்துவிட்டதாகச் சொல்லி அவரிடம் போனார்.

கிருஷ்ணனும் துரைநாயக்கரும் சாப்பிடும்போது வெளிப்படையாகச் சொன்னேன்:

“கறுப்பையா இந்த விடயத்தில் தேவியை வேலையிலிருந்து நீக்கக் கேட்பது தவறு. மேலும் அந்தப் பெண்ணின் வேலை மட்டுமல்ல மானமும் போகும். இதை என்னால் செய்ய முடியாது. அப்படி என்னிடம் அவர் வலியுறுத்தினால் இதுபற்றி மனேஜரிடம் பேசுவேன். அப்போது அவர் பையன்களிடம் நடந்துகொண்ட விடயத்தையும் தெரியப்படுத்த வேண்டிவரும். இவற்றுக்கு நான் தயார். கறுப்பையாவும் தயார் என்றால் கேட்டுச் சொல்லுங்கள்” என்றேன்.

சிரித்தபடியே கிருஷ்ணன் கேட்டுக்கொண்டிருந்தான்.

“எல்லாம் உன்னால். செய்கிறதையும் செய்துவிட்டுச் சிரிக்கிறாய்” என துரைநாயக்கர் அவனிடம் சீறினார்.

“நீங்களும் கறுப்பையாவும் செய்யாததையா நான் செய்தேன்? இது தற்செயலாக நடந்தது. நம்மட சாதி சனத்தில், இது நடப்பதுதானே?”

“இது நடந்தது, வேறு இடத்தில். இந்தப் பண்ணையில் இப்பிடி நடந்ததால்தான் கறுப்பையா துள்ளுகிறான்.”

"டாக்டர் சொல்லுவதுபோல் கறுப்பையா ஒழுங்காய் நடக்கிறாரா? என்னை மட்டும் எப்பவும் குறை சொல்லுங்க" என்று எழுந்து போனான்.

"டாக்டர் சார், இதை விடுங்க. நான் அவனிடம் பேசுகிறேன்" என்று துரைநாயக்கர் கூறினார்.

நான் பிரச்சினையிலிருந்து தற்காலிகமாக விடுபட்டேன் என்று நினைத்தபடிக் கையைக் கழுவினேன்.

10

வெளியேற்றம்

கடினமான தமிழில் மொழிபெயர்க்கப்பட்ட மார்க்ஸியப் புத்தகத்தை யார் படிப்பார்கள்? யாருக்குப் பிரயோசனம்? அவற்றைக் காணவில்லை. ஆனால் மாத, வாரச் சஞ்சிகைகள் எல்லோரும் வாசிக்கக்கூடியவை. அவை இருக்கின்றனவே.

படித்தவுடன், எனது புத்தகங்கள் கட்டிலுக்குக் கீழ் போய்விடும். எனது அறையைச் சுத்தப்படுத்தும் பெண்கள் அவற்றை எடுத்து அடுக்கிவைப்பார்கள். சுத்தப்படுத்தல் நான் இல்லாத நாட்களிலேயே நடைபெறும். ஒருமுறை பார்த்தபோது கார்ல் மார்க்ஸ் பற்றிய தமிழ்ப் புத்தகத்தைக் காணவில்லை. சென்னை நண்பனிடம் இரவல் வாங்கியது. மற்றைய தமிழ்ப் புத்தகங்கள், சில ஆங்கிலப் புத்தகங்கள், சஞ்சிகைகளெல்லாம் அப்படியே இருந்தன.

இந்தப் பண்ணையில் யார் அதைப் படிப்பார்கள்? நானே உடற்பயிற்சிபோல் கடினமான உழைப்பில் படித்தது. சிலவேளை வீட்டில் தவறவிட்டு வந்திருப்பேனோ என்ற சிந்தனையோடியது. இறுதியில், காணாமல்போன புத்தகத்தைப் புதிதாக வாங்கிக் கொடுத்துவிடுவோம் என நினைத்திருந்தேன்.

இப்போது எனது முகத்தைப் பார்த்துக் கறுப்பையா பேசுவதில்லை. என்னைத் தனது எதிரியாக நினைக்கிறார். முக்கியமாகப் பண்ணை உரிமையாளர்கள் வருவது சம்பந்தமான ஒரு சில விடயங்களை முகத்தைத் திருப்பியபடியே பேசுவார்.

இது அந்தரமான நிலையை எனக்கு ஏற்படுத்தியது. ஒரு வீட்டில் முகத்தைப் பார்க்காது இருவர் எப்படி வாழ்வது? அதுவும் ஓர் அறை கொண்ட சிறிய வீடு. வேலையை விட்டு விலகிவிடுவோமா என்ற எண்ணம் என்னைத் துரத்தியது. ஆனாலும் விலகுவதற்குத் தகுந்த காரணத்தைச் சொல்ல வேண்டும். அதே வேளையில் பண்ணையிலுள்ள மற்றவர்கள் என்னிடம் மிகவும் நெருங்கிய சொந்தங்களாகப் பழகுகிறார்கள்.

வீரராகவன் அடிக்கடி சுமதியுடனான தனது திருமணத்தைப் பற்றிப் பேசினான். அவனுக்கு எதுவிதப் பதிலும் பேசாது கேட்டபடி இருந்துவிட்டுச் சொன்னேன், “சென்னையில் நாங்கள் இருக்கும் வீடு, ஒரு பெண் மருத்துவரது வீடு. அந்த மருத்துவரின் உதவியுடன் உனது மனைவி பார்வதியை விசேடப் பெண்நல மருத்துவரிடம் காண்பித்துப் பரிசோதிப்போமா?” என்று கேட்டபோது அதற்கு அவன் சம்மதித்தான். அதற்கேற்ப ஒரு நாள் மாலையில் சென்னை வந்து எங்களது வீட்டில் பார்வதியை விட்டுச் சென்றான்.

அன்றிரவு பார்வதியோடு கதைத்த எனது மனைவி, “நீங்கள் வீரராகவனைச் சோதிக்கும்படி ஏன் சொல்லவில்லை” என என்னைக் கடிந்தார்.

“அதை எப்படிச் சொல்வது?” என நான் மனைவிக்குக் கூறியபோது பார்வதியின் கண்ணீரைப் பார்க்க முடிந்தது. எனது இயலாமை அந்தக் கண்ணீரில் விம்பமாகக் காட்சியளித்து, எனது கண்களை உறுத்தியது.

காலையில் பார்வதியை ஆட்டோவில் வைத்தியரிடம் கூட்டிச்சென்றேன். பார்வதியைப் பரிசோதித்துவிட்டு “பெரிதாக எதுவும் தெரியவில்லை, அவளது கணவனையும் வரச்சொல்லுங்கள்” என்றார். ஏற்கெனவே இதை எதிர்பார்த்தேன். இரண்டு நாட்கள் எங்கள் வீட்டில் நின்ற பார்வதியின் முகம் சந்தோசமாக இருந்தது. அழுதுவழிந்தபடிப் சோகமான முகத்துடன் பண்ணையில் காட்சிதந்த பார்வதி, இப்போது அழகாகத் தெரிந்தாள்.

நான் பண்ணையில் வேலைசெய்துவரும் இந்த ஒன்றரை வருடங்களில் காணாத பார்வதியின் சிறிய இடது கன்னக்குழி அவளது முகத்தில் தெரிந்தது. சில நேரங்களில் குடும்பத்தில் கணவனும் மனைவியும் பிரிந்து சில காலம் இருத்தல் இருவருக்குமே நல்லதோ என நினைத்தேன்.

காலையில் இருவரும் கோடம்பாக்கம் ரயில் நிலையத்தை நோக்கி நடந்தபோது பார்வதியின் முகத்தில் சோகத்தின் சாயல் தொற்றிக்கொண்டது.

"என்ன யோசனை?" எனக் கேட்டேன்.

"இல்லை சார்... மாமிக்கு எனது பெயர் மறந்துவிட்டது. புழு பிடிக்காதவள், பூச்சியில்லாதவள், வக்கற்றவள், மலடி என எல்லா வார்த்தையும் சொல்லித் திட்டுறா" என்றாள்.

அதற்குமேல் எதுவும் பேசவில்லை. எனது வார்த்தைகள் பார்வதியின் சோகத்தைக் கூட்டுமே தவிர ஆறுதலாக இராது. மேலும் இந்தச் சோகம் அவளது பாதுகாப்புக் கவசமாக இருக்கலாம். பெண்கள், பெண்கள்மீது செய்யும் கொடுமைகள் ஆண்வர்க்கத்தின் கொடுமையிலும் அதிகமானதோ, தெரியவில்லை.

பல பெண்களுடைய தற்கொலைகள் மாமியார்களாலே நடந்துள்ளன. அவர்களது கணவன் அப்பாவியாக இருக்கலாம். பாவம் பார்வதி. அவள் சிரித்தபடி மகிழ்வாக இருந்தால் மாமியாருக்குக் கோபம் அதிகமாகிக் கரித்துக்கொட்ட வாய்ப்புள்ளது.

பண்ணைக்குப் போய்ச்சேர்ந்ததும் வீரராகவனிடம் முதல் வார்த்தையாக "பார்வதியிடத்தில் பிழையாக எதுவுமில்லை. உன்னை அழைத்துவர வேண்டும் என்று வைத்தியர் சொன்னார்" என்றேன்.

"அப்படியா சார்?" என்றபடி வீரராகவன் முகத்தைத் திருப்பிக்கொண்டான். என்னைப் பொறுத்தவரை நான் நேர்மையாக நடந்துகொண்டேன் என்ற உணர்வு ஏற்பட்டது. அது போதும். எனக்கு மனத்திருப்தி வந்தது.

ஞாயிற்றுக்கிழமை பண்ணை உரிமையாளர்கள் வருவதாக முதற்கிழமையே துரைநாயக்கரால் தகவல் தெரிவிக்கப்பட்டது. இந்த ஒன்றரை வருடங்களில் இரண்டு தடவைகள் அவர்கள் வந்திருந்தபோதும், அது வார விடுமுறை நாட்களாக இருந்ததால் அவர்களை நான் சந்திக்கவில்லை. அவர்கள் வரும்போது மனேஜர் வருவார். உணவுகள், சமையல்காரர் சகிதம் வருவதும், பெரிதாகச் சமையல் செய்யப்படுவதாகவும் அறிந்தேன்.

ஞாயிறு மாலை நான்கு மணியளவில் வந்தேன். வந்தவர்கள் திரும்பியிருப்பார்கள் என்ற எனது கணக்கு தவறியபோதிலும், அவர்கள் வெளியேற ஆயத்தமாக இருந்தனர். பெண்கள், தடித்த வெண்ணிறச் சீலையால் திரையிடப்பட்ட வெள்ளை வானில் ஏறினார்கள். அவர்கள் ஏறிய பின்பு ஏறத் தயாராக இருந்த ஆண்களிடம், "இந்தப் பண்ணையின் டாக்டர்" என மனேஜர் சாதிக் அலி என்னை அறிமுகப்படுத்தியதோடு "சிலோனைச் சேர்ந்தவர்" என்றார்.

பண்ணையில் ஒரு மிருகம்

அவர்களில் சிவந்த நிறத்துடன் வாட்டசாட்டமான ஒருவர் என்னுடன் சில வார்த்தைகள் பேசிவிட்டுப் பதிலுக்குக் காத்திராமல், "நீங்கள் வந்தபின்பு பண்ணை நன்றாக இருப்பதாக அறிந்தோம்" எனச் சொல்லிவிட்டுச் சென்றார்.

அவர்களைப் பொறுத்தவரை இந்தப் பண்ணையோ அல்லது இங்குள்ளவர்களோ பொருட்டல்ல. வருடத்தில் இருமுறை வரும் பிக்னிக் இடமாக இதனைப் பாவிக்கிறார்கள்.

அவர்களது வான், பண்ணையை விட்டுப் போகும்வரையும் காத்திருந்துவிட்டு, வீட்டின் உள்ளே சென்றபோது, "இவர்கள் கீழக்கரை இஸ்லாமியர்கள். ஒரு காலத்தில் பிராமணர்களாக இருந்து மதம் மாறியவர்கள்" என்று துரைநாயக்கர் கூறினார்.

எனக்கு அது புதிதான செய்தியாக இருந்ததால் "அப்படியா?" என்றேன்.

அவர்கள் சென்ற பின்பு மனேஜர் சாதிக் அலி மட்டும் தனது கதிரையில் வேப்பமரத்தின் கீழ் அமர்ந்திருந்தார்.

வாசலில் நின்ற என்னிடம் "டாக்டர் சார் ... சில விடயங்கள் பேச வேண்டும்" என்று அழைத்தார்.

அவருடன் வேப்பமரத்தின் கீழுள்ள காலியாகக் கிடந்த கதிரையில் அமர்ந்தேன்.

"நீங்கள் வந்த பின்பு பண்ணையில் அதிகம் பால் வருகிறது என்றபோது முதலாளி குடும்பத்தினர் எல்லோரும் மகிழ்ந்தார்கள். பண்ணை மிகவும் சுத்தமாக இருப்பதாக முதலாளி சொன்னார். ஆனால் டாக்டர் நீங்க வேலையாட்களுக்குக் கொஞ்சம் அதிகம் இடம் கொடுப்பதாகத் தெரிகிறது. கொஞ்சம் இறுக்கமாக இருங்கள் எனச் சொல்லவந்தேன்" எனச் சொன்னவாறு எனது கண்களை ஊடுருவிப் பார்த்தார்.

எனக்கு விடயம் புரிந்தது.

"நீங்கள் சொன்னதுபோல் பண்ணையில் வருமானம் கூடியுள்ளது. பண்ணை சுத்தமாக இருக்கிறது. எமக்குத் தேவையான வேலையை வாங்குவதற்கு அவர்களை அடக்க வேண்டுமென்பதில்லைதானே. யார்? கறுப்பையா என்மீது புகார் சொன்னாரா?" எனது முகத்தில் சிரமப்பட்டுப் புன்னகையை வரவழைத்தபடிக் கேட்டேன்.

"அவர் அப்படிச் சொல்லவில்லை. ஆனால் பேச்சுவாக்கில் நீங்கள் ஒரு சோசலிஸ்ட் என்று கேள்விப்பட்டேன்."

“இதை யார் சொன்னது? எனக்கே புதிதாக இருக்கிறது?”

மிகவும் முட்டாள்த்தனமான கேள்வியை அவரிடமிருந்து எதிர்பார்க்கவில்லை என்பதால் ஏமாற்றமாக இருந்தது. அவரது முகத்தைப் பார்க்காது கீழே குனிந்தேன்.

இதுவரையும் வீட்டின் உள்ளிருந்த கறுப்பையா, வெளியே வந்தார்.

இன்று வெள்ளைச் சட்டையும் வேட்டியும் அணிந்திருந்தார். முதலாளி குடும்பம் வந்ததால் இந்த உருமாற்றம். கறுப்பையா வேகமாக வேப்ப மரத்தடிக்கு வந்து மனேஜரின் பின்பக்கமாக நின்றார். தொலைந்துபோனதாக நான் நினைத்திருந்த ‘கார்ல் மார்க்ஸின் சிந்தனைகள்’ என்ற புத்தகத்தைக் கொண்டுவந்து “நீங்களே பாருங்கள்” என மனேஜரிடம் நீட்டினார்.

அதைப் பார்த்ததும் மனேஜரின் மேலிருந்த கோபமும் உச்சிக்கேற “முட்டாள், எனது புத்தகத்தை யாரைக் கேட்டு எடுத்தாய்?” என கறுப்பையாவை நோக்கி எனது புத்தகத்தைப் பறித்தெடுப்பதற்காக எழுந்தேன்.

நான் அவரை நோக்கி வருவதைக் கண்டு, கையிலுள்ள புத்தகத்துடன் கறுப்பையா பின்னோக்கி நகர்ந்தபோது, அவரது தோல் செருப்பு ஒத்துழைக்காததால் நிலத்தில் விழுந்தார்.

அவரது கையில் இருந்த புத்தகமும் கீழே விழுந்ததுடன். அவரது வேட்டியும் விலகியது. நான் புத்தகத்தைக் கையில் எடுத்துக்கொண்டு அவர் எழும்புவதற்குக் கையை நீட்டியபோது, எனது கையைப் பற்றாமல் சுதாரித்து எழுந்து, ஐயனார் மீசை துடிக்க நின்றார். கண்கள் நெருப்பும் புகையும் வெளித்தள்ளும் இரட்டை எரிமலைகளாகின.

இவ்வளவு வீரம் பேசுபவர் ஏன் விழ வேண்டும்? நல்லவேளை அவரது இடுப்பின் பின்பகுதியில் வழமையாகச் செருகப்பட்டிருக்கும் அரிவாளைக் காணவில்லை. இருந்திருந்தால் அவரது பின்பக்கத்தை மேலும் நீளமாகப் பிளந்திருக்கும் என எண்ணியபோது எனக்குச் சிரிப்பு வந்தது.

எனது சிரிப்பு அவரைக் காயமடைந்த புலியாக்கியது. மீசை துடிக்க எழுந்த கறுப்பையா, வேட்டியிலுள்ள மண்ணைத் தட்டிவிட்டு நிமிர்ந்து “டாக்டருக்கு . . . நாங்கள் . . . வேல் . . . கம்போடு . . . சுற்றியவர்கள் . . . என்று சொல்லிவையுங்கள்” எனத் தடுமாறியபடி மனேஜரைப் பார்த்து வார்த்தைகளை உதிர்த்தபடி பின்வாங்கினார்.

மனேஜர் எழுந்து என்னிடம் "பொறுமையாக இருங்கள் சார்" என்றார்.

ஆரம்பத்தில் பதற்றமாக எழுந்துநின்ற மனேஜர் சாதிக் அலி எனது நோக்கத்தைப் புரிந்துகொண்டு, மீண்டும் கதிரையில் அமர்ந்து கறுப்பையாவைப் பார்த்துவிட்டு, என்னைப் பார்த்தார்.

மனேஜருக்கு, சிறுவயதில் தன்னுடன் ஒன்றாகப் படித்த கறுப்பையாவினது விடயங்கள் தெரிந்திருக்க வேண்டும். நட்புக்காக அவரைப் பாதுகாக்கிறார்.

அவரை நோக்கி, "நான் சிறுவயதிலிருந்தே எல்லா புத்தகங்களும் வாசிப்பவன். இங்கும் எனது கட்டிலின்கீழ் ஏராளமான புத்தகங்கள் உள்ளன. அதில் ஜெயகாந்தன், பாரதியின் புத்தகத்திலிருந்து காந்தியின் சுயசரிதை வரையிலும் பல புத்தகங்கள் உள்ளன. ஆனால் எனது ஒரு புத்தகத்தை எனது அனுமதியில்லாமல் திருட்டுத்தனமாகக் கொண்டுவந்து காண்பித்து என்னை ஒரு கம்யூனிஸ்டாக அவர் உங்களுக்குக் காட்ட முயல்கிறார். அதை ஒரு குற்றமாக நீங்கள் என்னிடம் விசாரிக்கிறீர்களே?" என்றேன் சிரித்தபடித் தலையை ஆட்டியபடி.

"அது இல்லை. நீங்கள் செய்த தவறு, தேவி என்ற பெண்ணை வேலையிலிருந்து இன்னும் நீக்கவில்லை" என மீண்டும் குற்றப்பத்திரிகையை வாசித்தார்.

எனது வார்த்தையிலிருந்த நகைச்சுவையும் புரியவில்லை, அத்துடன் மேஸ்திரியின் தவறும் புரியவில்லை. மானேஜர் பரிதாபத்துக்குரியவராகத் தெரிந்தார்.

அவரது முகத்தில் ஆரம்பத்திலிருந்த பொறுமை தெரிய வில்லை. தேவையில்லாது பரபரப்பாக இருப்பது இப்போது தெரிந்தது. இந்த விடயத்தில் ஏன் தலையிட்டேன் என்ற நிலைக்கு வந்துவிட்டார் போலிருந்தது. ஆனாலும் என்னில் ஏதாவது ஒரு தவற்றைக் கண்டுபிடிக்கவேண்டிய தேவையும் அவருக்கு இருந்தது.

இதுவரை நிதானமாகப் பதில் சொல்லிக்கொண்டிருந்தேன். ஆனால் எதிர்த்தரப்பில் நிதானமில்லை எனத் தெரிய என் குரலை உயர்த்தியபடி, "தேவியின் தவற்றை இவர் பார்த்தாரா? பண்ணைக்கு வெளியே நடந்ததை ஊகமாகக் கூறினார். அது உண்மையா பொய்யா எனத் தெரியாது. கிருஷ்ணனைக் கேட்டபோது அவன் மறுத்துவிட்டான். இவரது கூற்றின்படி அது தவறென்றால் இருவருக்கும் பொறுப்பில்லையா? ஒரு விடயத்தை ஆராய்ந்து, சரி – பிழை எனப் பார்க்காமல் கறுப்பையா சொன்னால் செய்ய வேண்டுமெனச் சொல்கிறீர்களா?" என அவரைக் கேட்டபோது, அவரது முகம் இருண்டது.

எனது வார்த்தைகள் அவரைக் காயப்படுத்தின. "இது தவறென்றால், இதைவிட எனது தவறென நான் நினைப்பது, கறுப்பையாவின் குற்றங்களை, உங்களிடமோ பொலிசிடமோ சொல்லவில்லை என்பதுதான். அது தெரியுமா உங்களுக்கு?" எனப் பெரிய கல்லை அவரது தலையை நோக்கி எறிந்தேன்.

மனேஜர் கறுப்பையாவை ஏறெடுத்துப் பார்க்க அவர் நிலத்தைப் பார்த்தபடி நின்றார்.

சிறிதுநேரம் மவுன இடைவெளி விட்டேன். அது மனேஜருக்கும் மேஸ்திரிக்கும் நான் கொடுக்கும் தணடனையாக இருக்கட்டும் என நினைத்துவிட்டு மீண்டும் சிறிது நேரத்தில் அவரிடம், "கடலை பிடுங்குவதற்கு அழைத்த இரண்டு மாட்டுத்தொழுவத்துப் பையன்களோடு தகாது நடந்து கொண்டவர். இவரால் அந்தப் பையன்களின் குதம் கிழிந்திருக்கிறது. அவங்கள் என்னிடம் காட்டி முறையிட்டார்கள். துரைநாயக்கரிடம் அது பற்றிக் கூறியபோது, மீண்டும் அவ்வாறு நடக்காமல் பார்ப்பதாகச் சொன்னதால், அதையும் உங்களுக்கு நான் சொல்லவில்லை. உங்களுக்குத் தேவையென்றால் பாதிக்கப்பட்ட அந்த இரு பையன்களையும் அழைத்து விசாரிக்கலாம். துரைநாயக்கரையும் விசாரிக்கலாம். நீங்கள் கறுப்பையாவைச் சிறுவயதிலேயே அறிந்தவர் என்பதால் இதைச் சொல்கிறேன்."

இருவரிடமும் இருந்து எந்தப் பதிலுமில்லை.

கம்பத்தில் கட்டி, கயிற்றால் அடிகள் வாங்கிய நிலை. அந்த அமைதியான சூழ்நிலை எனக்கும் மனத்தில் வலியைக் கொடுத்தது. வலிக்கு ஒத்தடமாக ஒரேயொரு வழியாக எனக்குத் தெரிந்ததைக் கூறினேன்.

"இப்படியான ஒரு நிலையில் நான் தொடர்ந்து இங்கே வேலை செய்யவில்லை" என எழுந்தேன்.

"இல்லை, இருங்கள் பேசுவோம்" கையை விரித்துக் கதிரையைக் காட்டினார் மனேஜர்.

மீண்டும் கதிரையில் அமர்ந்து, "நான் உங்களிடம் மனஸ்தாபம் கொள்ளவில்லை. கடந்த இரண்டுமாதங்களாக நானும் கறுப்பையாவும் முகம் பார்த்துப் பேசுவதில்லை. இந்த மாதிரியான நிலையில் தொடர்ந்து பணியாற்றுவது கடினம்" என்றேன்.

"நீங்கள் உடனே விலகுவது மனத்துக்குக் கஷ்டமாக இருக்கிறது. உங்கள்மீது தவறில்லை என்று தெரிகிறது" என்றார் மனேஜர்.

பண்ணையில் ஒரு மிருகம் 137

“இந்த வார்த்தைகள் எனக்குப் போதும். நான் இன்னும் ஒரு மாதம் வேலை செய்வேன். அதற்குள் நீங்கள் வேறு ஒருவரைத் தேட முடியும்” என்றேன்.

“உங்கள் மனத்தை மாற்றினால் எமக்கு மகிழ்ச்சியே,” எனக் கூறிவிட்டு, “கறுப்பையா என்னோடு வா” எனச் சொன்னபோது, அடிபட்ட நாய்போல், தலையைத் தொங்கப்போட்டபடி வீட்டுக்குள் சென்று தனது தகரப் பெட்டியைத் தூக்கியபடி அவருடன் காரில் ஏறினார்.

கறுப்பையாவை மனேஜர் தன்னோடு கொண்டு சென்றது எனது கோபத்தைத் தணிப்பதற்கும் பண்ணையில் ஒரு சுமுகமான சூழ்நிலையை உருவாக்குவதற்குமெனப் புரிந்து கொண்டேன்.

அவர்களது கார், பண்ணையின் வாசலைக் கடந்ததும் பண்ணையைச் சேர்ந்த ஆண்கள், பெண்கள் தொழுவத்தில் வேலை செய்யும் மூன்று பையன்கள் அனைவரும் தங்களது வேலைகளை நிறுத்திவிட்டு வேப்ப மரத்தின் கீழ் கூடிவிட்டார்கள்.

“ஏன் சார், அந்தாளுக்காக நீங்க விலக வேண்டும்?” என்றான் வீரராகவன்.

திண்ணையில் மௌனமாக இருந்த துரைநாயக்கரைப் பார்த்தேன்.

அவரது சிரிப்பில் பல் விழுந்த இடைவெளியோடு, புத்தனது அமைதி தெரிந்தது.

“இருவரில் ஒருவரே இங்கு இருக்க முடியும். அவர் பல காலமாக இருக்கிறார். அவரது வயதில் வேறு வேலை கிடைப்பது கடினம். நான் எப்படியும் சில காலத்தில் இங்கிருந்து போக வேண்டியவன். பிற தேசத்தவனாய் இருப்பதால் நான் விலகுவது நல்லது” என அமைதியாகப் பதில்சொன்னபோதும், எனது புத்தகத்தைத் திருடி எனக்கெதிராகப் புகாரைத் தயாரிக்க முயன்ற கறுப்பையா மீதிருந்த கோபம் மாறவில்லை.

“நாயக்கரே, கறுப்பையரை எங்கு கொண்டுசெல்கிறார்?” எனக் கேட்டபோது இறுதியில் என் நாக்கைக் கடித்துக்கொண்டேன். இந்த ஒன்றரை வருடத்தில் எனக்கும் சாதிப்பெயரைச் சொல்லுவதற்கு இலகுவாகிறது. எல்லாம் ஊர்ப் பழக்கம்.

“நான் நினைக்கிறேன். கொஞ்சநாள் ஊரில் போயிருந்து விட்டு வரும்படிச் சொல்லுவார் என நினைக்கிறேன்” என்றார் துரைநாயக்கர்.

ஒருவிதத்தில் மனேஜர் சாதிக் அலியின் சமயோசிதமான முடிவை மெச்சாமல் இருக்க முடியவில்லை. நான் விலகியபின்பு, கறுப்பையா மீண்டும் பண்ணையில் வேலை செய்வார். இந்த ஒரு மாதம் விடுமுறை மட்டும் மனேஜருக்கு வேலைநீக்கமா? இது ஒரு தண்டனையா? அவரது செயல்கள் சாதாரணமானதா? மீண்டும் பழைய குருடி என்ற நிலைதான். நான் இந்த நாட்டவனாக இருந்தால் இவர்களோடு பொருத முடியும். ஆனால், எனது வேலை தற்காலிகமானது.

ஒன்றரை வருடங்கள் இந்தப் பண்ணையில் வேலை பார்த்தேன். இதுவரையும் பண்ணையில் மது அருந்தவில்லை. மது அருந்துதலைக் குற்றச்செயலாகப் பார்க்கும் நாடு இது. மேலும் இதுவரையும் எனது மனத்தில் அப்படியான தேவையிருக்க வில்லை. ஆனால் இன்று மதுவை மனம் நாடியது. வேலையை விட்டு விலகுவதாகவும் சொல்லியாகிவிட்டது. யாருக்காக நான் தயங்க வேண்டும்?

பால் கறந்து முடிந்ததும், ராமசாமியைத் தாம்பரத்திற்கு அனுப்பி ஒரு போத்தல் ரோயல் சாலன்ஜ், அத்துடன் ஆட்டிறைச்சி இரண்டு கிலோ கொண்டுவரும்படிச் சொன்னேன்.

தொழுவத்தில் வேலைசெய்யும் பையன்களையும் பெண்களையும் தவிர ஏனைய வேலைசெய்யும் ஆண்கள் சாப்பிட்டார்கள். அன்று இரவு மேஸ்திரியைச் சபித்தும், நான் போவதையிட்டுக் கவலைப்பட்டவர்களுக்கு “ஒரு மாதம் கறுப்பையா இந்தப் பண்ணையில் இல்லாததைக் கொண்டாடுவோம்” என்றேன். எல்லோரும் கறுப்பையாவைத் திட்டுவதை நிறுத்தினார்கள். என்னுடன் துரைநாயக்கர் மட்டும் மது அருந்தினார். பத்துமணிவரையில் எமது விருந்து நடந்தது.

திண்ணையிலிருந்த மாணிக்கம், வீரராகவன், ராமசாமி பாட்டுப்பாடி மகிழ்ந்தார்கள். மாணிக்கத்துக்கு நல்ல குரல்வளம் இருந்தது.

உணவருந்திவிட்டு இரவு பத்தரைமணிக்கு மாணிக்கம், வீரராகவன், ராமசாமி ஆகியோர் எல்லோரும் வீடுகளுக்குப் போய்விட்டனர். துரைநாயக்கர் திண்ணையில் சுருண்டுவிட்டார்.

கிட்டத்தட்ட அரைவாசிக்கும்மேல் இருந்த மதுவைக் குனிந்து எடுத்து, நெஞ்சில் வைத்துத் தனது தோளில் கிடந்த துணியால் மறைத்துக்கொண்டு, கிருஷ்ணன் தொழுவத்தை நோக்கிச் சென்றான். வேப்பமரத்தின் கீழ் மது மயக்கமாகக் கதிரையில் சாய்ந்தபடி நான் இருந்தாலும், அவன் எதற்குப் போகிறான் என்று புரிந்தது.

மெதுவாக உடல் குளிர்ந்தபோது அப்படியே கண்ணயர்ந்து விட்டு விழித்துப் பார்த்தபோது, கையிலிருந்த கடிகாரம் நடுநிசியைக் காட்டியது. வீட்டில் ஒற்றை லைட் எரிந்தபடியிருந்தது. திண்ணையின் வெறும் தரையில் துரைநாயக்கர் குறட்டைவிட்டபடிக் கிடந்தார். இன்று அவருக்கு மதுவின் தாக்கம் கூடிவிட்டது. எழுந்து உள்ளே படுப்போம் எனச் செல்ல எழுந்தபோது, "ஏன் சார் வேலையை விட்டுப் போகிறீர்கள்?" எனக் குரல் கேட்டது.

திரும்பிப் பார்த்தபோது, கற்பகம் ஐந்துமீட்டர் தூரத்தில் நின்றாள். அவளது மூக்குத்தி சிறிய டார்ச் லைட்டாக ஒளியை வீசியபடியிருந்தது. எழும்பிய நான் மீண்டும் கதிரையிலிருந்தேன். போதை இன்னமும் இருந்தது. ஆனாலும் அவளை நேரடியாகப் பார்த்தபடி, "எல்லாம் தெரிந்த உனக்கு, இதுவும் தெரிய வேண்டுமே. தெரிந்த விடயத்தை ஏன் கேட்கிறாய்?"

"எனது கவலை உங்களால் கறுப்பையா பாதுகாப்பாக ஊர் போய்ச் சேர்ந்திருக்கிறார் என்பதே."

"ஏன் இப்படிச் சொல்லுகிறாய்?"

"அந்தாள் அந்தப் பையன்களைக் கெடுத்ததை மட்டும் நீங்கள் சொன்னீங்க. என்னைக் கொலைசெய்ததை விட்டு விட்டீங்களே சார்?"

"அப்படியா? இது எனக்குப் புதியது. நீ அதை எனக்குச் சொல்லவில்லையே?"

"எப்படி சார், ஒரு பெண்ணால் சொல்ல முடியும்? நீங்கள் படித்தவர்தானே? ஊகமாகத் தெரிந்திருக்காதா?"

"உண்மைதான். ஆரம்பத்தில் நான் ஊகித்தேன். ஆனால் அந்தாள் ஆம்பிளைகளைத் தேடும் மனிதர் என துரைநாயக்கர் சொல்லியதால் அந்த ஊகத்தைக் கைவிட்டேன்."

"ஆம்பிளையளைப் பார்க்கும் மனிதர்தான், ஆனாலும் அன்று நடந்தது வேறு. நடந்ததைச் சொன்னால்தான் புரியும். வேலை முடிந்ததும் அந்த டாக்டருக்கும் கறுப்பையாவுக்கும் இரவு சோறுசமைத்துவைத்துவிட்டுப் போவது வழக்கம். கறுப்பையா இல்லாத ஒரு நாள் அந்த டாக்டர் நான் நிலத்தைப் பெருக்கியபடி இருந்தபோது என் கையைப் பிடித்தார். அவரது கையை உதறிவிட்டு வீடு சென்றேன்.

"எனது வீடு நரகம் சார். எனக்கு வந்த பேமானி மூச்சு முட்டும்வரை குடித்துவிட்டு என்னோடு வந்து சண்டையிடும். பிறகு இரவில் உடம்புமீது பன்னி மாதிரி ஏறும். குடிவெறி நாத்தம்

சகிக்க முடியாது. ஆசையில வாறான் என முகத்தைத் திருப்பிப் படுத்தாலும் பூரா வெறியில், அந்தாளால ஒன்னும் முடியாது. உடல் முழுவதும் நாய் மாதிரி நக்கிப் பிறாண்டும். எல்லாம் வேஸ்டு சார். இரண்டு வருடம் எனக்கு வயிற்றில் ஒன்றுமேயில்லை. ஊரில் என்னைச் சாடைமாடையாகப் பேசியவளெல்லாம் நேரடியாகக் கேட்கத் தொடங்கிட்டாளுங்க. ஒருநாளாவது குடிக்காமல் வீட்டுக்கு வா என்று பல தடவை கெஞ்சிப் பார்த்தேன். அது நடக்கவில்லை. எனக்குக் கேந்தியேறிவிட்டது. அன்று அவன் என் கையைத் தள்ளிவிட்ட பின்பு என்னை ஏறெடுத்தும் பார்க்காத வயதான அந்த டாக்டரை நான்தான் தேடிச் சென்றேன்.

“கறுப்பையா உடம்பு முடியாது தாம்பரம் போய்விட்டார். அன்று கருவாட்டுக் குழம்புவைத்து உடம்பெல்லாம் கவிச்சி. அத்தோட உடம்பும் சூடாக இருந்தது. மார்பிலும் ஏதோ இறுகுவதுபோல் இருந்தது. ஜூரம் ஏதாவது வரப்போகிறதோ எனக் குளிக்க நினைத்தேன்.

“இரவு போய்க் கிராமத்தில் குளிப்பதிலும் பார்க்கப் பண்ணையில் குளிப்போமென நினைத்துக் கிணற்றில் குளித்தேன். தலை ஈரமாக இருந்தது. பண்ணை வீட்டுக்குள் வந்து பழைய டவல் இருக்கிறதா என டாக்டரிடம் கேட்டேன்.

“பாவம், டாக்டர் உள்ளே ரேடியோ கேட்டுக்கொண் டிருந்தவர், தனது டவலைக் கொண்டுவந்தார். துடைத்து விடுவதுதானே எனச் சிரித்தேன். அப்போது டாக்டரின் முகத்தில் தெரிந்த சந்தோசம் இன்னமும் நினைவிலிருக்கிறது.

“அன்றிரவு இடுப்பு நோவுடன் வீடு சென்றபோது போத்திலோடு முழுவெறியில் “என்னடி ஏன் லேட்” என அடிக்கவந்த அந்தாளிடம் “தூ தூத்தேரி, போடா உன்னால் இரண்டு வருடம் கன்னி கழியாமல் இருந்தேன். ஊரெல்லாம் என்னை மலடி என்கிறது” என்றபோது கையில் இருந்த போத்திலால் என் நெத்தியில் அடித்தான். அதுதான் இது” என நெற்றி வடுவைக் கையால் தொட்டுக் காட்டினாள்.

“அதன்பின் அவனை நெருங்கவிடவில்லை. எனது நடத்தைகளில் மாற்றத்தைக் கறுப்பையா கண்டதுடன், நான் கர்ப்பமாகியதை எனது பேமானியும் ஊர் ஊராப் போய் டாக்டரோடு தொடர்பு எனச் சொல்லிக் கூவத் தொடங்கியது.

“ஒரு நாள் கறுப்பையருக்கு நீலமேகமும் ஏழுமலையும் சாராயம் வாங்கிக் கொடுத்துவிட்டு ‘‘என்ன ஆம்பிளை நீ. அந்த டாக்டர் இவள கர்ப்பமாக்கியிருக்கான்’’ என ஏற்றிவிட்டிருக்கிறார்கள்.

“அன்று ஒரு பௌர்ணமி நாள். டாக்டர் இல்லை. தொட்டியில் தண்ணீர் இருந்தது. ஆனால் பழைய தண்ணீர். புதுத்தண்ணீரை எடுத்துக் குடத்தில் வைத்துவிட்டுப் போகலாம் என வாளியைக் கிணற்றில் போட்டபோது, கறுப்பையா பின்பக்கமாக வந்து ஒரு கையால் கட்டிப்பிடித்தபடி மறு கையால் கட்டியிருந்த சேலையை உயர்த்தினார்.

“சார் வயிற்றில் குழந்தை சார். என்னை விடுங்க” எனக் கதறியபோது “அதுதான் பின்பக்கம்” என்றபடி இறுக்கமாக என்னைக் கெடுக்க முயன்றார். நான் திமிறியபடி அவரது கையைக் கடித்தேன். அவர் என்னை வேகமாக உதற நான் கிணற்றில் விழுந்தேன். அதான் நடந்தது.”

எனக்குப் போதை முறிந்துவிட்டது. ஆனாலும் வார்த்தைகள் வரவில்லை. நாக்கு விறைத்துவிட்டதா? கதிரையில் உறைந்திருந்தேன். இறுதியில் மெதுவாக வாயைத் திறந்து “அடப்பாவி” என்ற வார்த்தை மட்டும் வெளிவந்தது.

“அடப்பாவியில்லை சார், கொலைகாரப்பாவி அவன். எனக்குச் சாவும்போது இருபது வயதுதான் சார்,” என்றபடிக் கிணற்றடிக்கே அவள் சென்றாள்.

மெதுவான அவளுடைய விசும்பல் ஒலி, அந்த இரவைக் கூர்வாளாகக் கிழித்தபடி அவளுடன் சென்றது. இதே விசும்பல்தான் நான் இங்கு வந்த முதல்நாள் கேட்டது. அன்றைய விசும்பலின் விடை இன்று அவிழ்ந்தது.

அன்றிரவு, தூங்காத இரவு. காலை நாலுமணியளவில் எழுந்து இரண்டு கடிதங்கள் எழுதினேன். அதில் ஒன்று மனேஜர் சாதிக் அலிக்கு எழுதியது. அதில் கறுப்பையா எப்படி கற்பகத்தைக் கொலை செய்தார் என்று விவரமாக எழுதினேன். இதில் டாக்டர் நிரபராதி, ஆனால் அத்துடன் உண்மை நிச்சயமாக நிர்வாகத்திற்குத் தெரிந்திருக்கிறது. இப்படி ஒரு குற்றவாளியைப் பாதுகாத்த இடத்தில் தொடர்ந்து வேலைசெய்ய நான் விரும்பவில்லை என எழுதிவிட்டு, அதை துரைநாயக்கரிடம் படித்துக் காட்டினேன். மற்றைய கடிதம், இரண்டு வருடங்களுக்கும் முன்பு பண்ணையில் நடந்த கொலை எப்படி நடந்ததென்பதையும் அதை மீண்டும் விசாரிக்கச் சொல்லியும் சென்னை பொலிஸ் கமிசனருக்கு எழுதியது.

“இன்று காலை கல்லூரிக்குப் போய் மனேஜர் சாதிக் அலியிடம் எனது கடிதத்தைக் கொடுத்துவிட்டுச் செல்கிறேன். என்னை மன்னிக்கவும்,” என்று துரைநாயக்கரிடம் கூறினேன்.

நான் வாசித்துக் காட்டியதால் அவர் அதிர்ந்தபடித் திண்ணையில் அமர்ந்திருந்தார். உண்மையில் அவருக்குத் தெரிய வாய்ப்பில்லை என நினைத்தேன்.

எனது குறைந்த உடைமைகளை எடுத்துக்கொண்டு வெளியேற மணி ஐந்து ஆகியிருந்தது. குழந்தையின் உடலில் குடித்த தாய்ப்பாலின் மணம்போல், இரவின் ஈரம் இன்னமும் பண்ணையிலிருந்து போகவில்லை. இன்று அதிகாலையிலே கிருஷ்ணன் வேப்ப மரத்துச் சருகுகளை ஒதுக்கியபடியிருந்தான். அவனது கண்கள் இரவின் மதுவில் சிவந்திருந்தன. பால் கறந்து முடிந்ததும், ராமசாமி தலையில் சுற்றிய துண்டுடனும் கையில் கயிற்றுடனும் வந்துகொண்டிருந்தான்.

"சென்னை போகிறேன்."

"இரு சார், சைக்கிளில் கொண்டுவிடுகிறேன்".

வழியனுப்பிய துரைநாயக்கருக்கும் கிருஷ்ணனுக்கும் கையைக் காட்டியபடிப் பெட்டியை எடுத்துக்கொண்டு அவனது சைக்கிள் காரியரில் அமர்ந்தேன்.

பின் கதை

2003, ஆனி 18

அந்த ஒன்றரை வருடங்கள் வேலை பார்த்த போது பண்ணையில் நடந்தவை, இறக்கிவைக்க முடியாத சுமையாக, அடிமனத்தில் துருவப் பனியில் புதைந்த உயிரினமாக இருந்தது. அதை வெளியே எடுத்து உறைபனியை அகற்றிப் பார்ப்பதற்குப் பதினைந்து வருடங்களுக்குப் பின்பே சந்தர்ப்பம் கிடைத்தது. சென்னைக்கு வந்ததும் எனது நண்பனிடம் சென்றேன். அவன் இலங்கையில் என் பாடசாலை நண்பன். அத்துடன் இடம்பெயர்ந்து கால்நடை மருத்துவராகச் சென்னையின் புறநகர்களில் வேலை செய்பவன்.

அவனிடம் நான் முன்பு வேலை பார்த்த பண்ணைக்குப் போக வேண்டும் என்றேன்.

"இப்போதும் அந்த இடமிருந்தால் அதிசயம். பெரும்பாலான இடங்கள் நகரங்களாகிவிட்டன. எதற்கும் போய்ப் பார்ப்போம்" என்றான்.

மதிய நேரத்தில் வாடகைக்கு காரை எடுத்துக்கொண்டு சென்றோம். சென்னை நகரம் கிராமங்களைத் தனது இராட்சதப் பசிக்கு இரையாக்கிக் கட்டடங்கள், பாதைகள், கடைகள் என கொங்கீரிட்டில் வெளித்தள்ளியபடியிருந்தது. அந்தப் பண்ணையிருந்த இடத்தைத் தேடிக் கண்டு பிடித்தபோது, அமெரிக்காவில் வந்திறங்கிய கொலம்பசின் மனநிலையில்தான் இருந்தேன்.

சுற்று வட்டாரங்கள், பழைய கிராமங்கள், குளங்கள், குடிசைகள் எல்லாம் தொலைந்து மாடிக் கட்டடங்களும் கடைகளும் முளைத்திருந்தன.

பண்ணைக்குள் எமது வாகனம் நுழைந்தது. எனக்குப் புதையல் தேடுபவனின் மனநிலை.

அந்த வீடு மாறாமல் அதே அஸ்பஸ்டஸ் கூரையுடன் இருந்தது. ஆனால் மியூசியத்தில் காணப்படும் பழைய விநோதப்பொருளின் மாதிரி வடிவமாகப் பண்ணைவீடு காட்சியளித்தது. அதனை அழித்து அடுக்குமாடி கட்டுவதற்கு இன்னும் எத்தனை வருடங்களாகும்?

வேப்பமரம் பழங்களை உதிர்த்தபடி இருந்தது. நாங்கள் வந்த காரை, மரத்திற்குச் சிறிது தள்ளி நிறுத்திவிட்டு இருவரும் இறங்கினோம்.

கண்ணுக்குத் தெரிய எவருமிலர். ஆனால் வேப்பம்பழங்களின் மணத்தை மீறிக் கோழிகளின் மணம் காற்றோடு கலந்துவந்தது. அதைத் தொடர்ந்து கோழிகளின் சத்தம் சங்கீதமாகக் கேட்டது.

அந்த இடத்தை நோக்கிச் சென்றேன். முன்பு கடலை பயிரிட்டிருந்த இடத்தில் ஆயிரம் முட்டைக் கோழிகளைக் கொள்ளக்கூடிய கட்டடம் கம்பியால் அடைக்கப்பட்டு, அஸ்பஸ்டஸ் சீட் கூரை போடப்பட்டிருந்தது.

சிவப்புச் சீலையணிந்த பெண் உணவு வைத்துக்கொண்டிருந்தாள்.

என்னைக் கண்டதும் எந்தத் தயக்கமுமற்று "சார் சௌக்கியமா" என்றபடி வந்தாள்.

"அன்புதானே?"

"ஆமா சார் . . . எங்களையெல்லாம் நினைவு வைத்திருக்கிறாயா?" என்றாள்.

"அதனால்தான் வந்தேன்" என்றபோது அவளைக் கவனித்தேன்.

வருடங்கள் அவளின் உடலில் மாற்றத்தை ஏற்படுத்தியிருந்ததுடன் கேசத்தில் கீறலாக வெள்ளிக்கம்பிகள் தெரிந்தன.

"எப்படியிருக்கிறாய்?"

"இருக்கிறேன் சார்."

அப்பொழுது "சார்" என்றபடி வந்தவரை உடனே அடையாளம் கண்டுகொண்டேன்.

ராமசாமி மாறவில்லை. அதே மீசை, உள்ளாடை தெரிய தூக்கிக் கட்டிய லுங்கி.

"ஏன் சார் மீசையில்லாமல் இருக்கிறாய்?"

அப்போதுதான் ஒரு காலத்தில் எனக்கு மீசையிருந்தது என்ற நினைவு வந்தது.

அவனது கேள்விக்குப் பதில் சொல்லாது, "இப்பொழுது யாரெல்லாம் பண்ணையில் இருக்கிறீர்கள்? வீரராகவன் எங்கே? கறுப்பையர் எங்கே?" எனக் கேள்விகளை அடுக்கினேன்.

"அது பெரிய கதை சார். வந்து குந்திக்க. அன்பு, சாருக்கு டீ போடேன்" என்று சொன்னவாறு வேப்பமரத்தின் கீழ் கதிரையைப் போட்டான்.

அன்புக்கு அவன் உரிமையோடு சொல்லிய விதம் வித்தியாசமாக இருந்தது.

"சார், நீங்க போன ஆறு மாசத்துல கறுப்பையா செத்து விட்டார்."

"எப்படி? நல்ல திடகாத்திரமான மனிதர். நிலமதிர நடப்பாரே?"

"அவரைக் காளை மாடு கிணற்றடியில் வைத்து முட்டிய போது அதில் விழுந்துவிட்டார். தலைக்காயத்தால் இரண்டு நாள் ஆஸ்பிட்டலில் இருந்து இறந்துவிட்டார்."

"அப்பிடியா? பரிதாபமான சாவல்லவா?"

"சார் அவரை முட்டிய காளை எது தெரியுமா?"

"சொல்லு?"

"நீ சிவப்பிக்குச் செயற்கை முறையில் சினைப்படுத்திப் பிறந்த காளை. அதான் சார், நீ கை வைத்து எடுத்து நீலன்னு பேரு வெச்சியே. அதேதான் சார்."

அதிர்வாக இருந்தது. அத்துடன் அன்று கற்பகம் சொல்லிய விடயங்கள் மனத்தில் வேகமாக ஓடின.

தேநீரைக் கொண்டுவந்த அன்பு, "சார் கறுப்பையாவின் பின்புறத்தில்தான் கொம்பு குத்தியது" என்றாள்

"உண்மைதான் சார், அந்தக் கொம்பு அவரது குதவாசலுக்குப் போய் இருந்தது" என்றான் ராமசாமி

"உண்மையாவா. நம்ப முடியலியே. நீலனுக்கு என்ன நடந்தது?"

"அடுத்த நாள் நீலனை நாங்கள் பாயிட்ட கொடுத்து இறைச்சிக்கு அனுப்பியாச்சு. மானேஜர் மிகவும் ஆத்திரத்துடன் இருந்தார்."

"இவ்வளவு விடயங்கள் நடந்திருக்கு. ஆமா ... மாணிக்கம், கிருஷ்ணன், நாயக்கருக்கு என்ன நடந்தது?"

"மாணிக்கம் குடும்பத்தோடு காஞ்சிவரம் போய் அங்கு கார் ஓட்டுகிறார். நாயக்கர் கறுப்பையா இறந்ததும் ஊருக்குப் போய்விட்டார். மிகவும் துக்கப்பட்டார். கிருஷ்ணன் இரண்டு வருடம் வேலை செஞ்சிட்டு கண்ணாலம் கட்டவெனப் போய்விட்டான்."

"அவனது அக்கா மகளைத்தானே?"

"ஆமா அவள் வயதுக்கு வந்துட்டான்னு வீட்டுல வரச் சொல்லிவிட்டார்கள்?"

"வீரராகவன் எப்படி?"

"அவர்தான் சூப்பரைசர் மாதிரி. தாம்பரம் போயிட்டார்."

"இப்போதும் பார்வதியோடா?"

"இல்ல சார் ... அவர் சுமதிய கண்ணாலம் கட்டியுள்ளார்."

"குழந்தை?"

"ஒன்னுமில்லை"

"என்ன அன்பு? நீ எப்படி?"

"பன்னிரண்டு வயதில் பையன் இருக்கிறான்" என்றபடித் தலையாட்டினாள்.

கையிலிருந்த சொக்லட்டைக் கொடுத்தேன்.

"உங்களைக் கண்டது சந்தோசம். என்னோட நண்பனுடன் வந்திருக்கேன். போக வேண்டும்."

"சார் கமலத்தைப் பார்த்துவிட்டுப் போ. உன்னைப்பற்றி அடிக்கடி பேசும் சார்."

"காரில் ஏறு" என்றேன்

காரின் பின் சீட்டில் நானும் நண்பனும் இருக்க முன்சீட்டில் ராமசாமி இருந்தபோது "ராமசாமி உனக்குக் குழந்தை ஏதாவது?"

"சார், மகன் சார், அதுதான் அன்பின் பையன்."

"அடப்பாவி, அந்தக் காலத்தில் கறுப்பையா சொன்னதை நான் நம்பவில்லை. இந்தப் பண்ணையில் கொலை நடந்ததைக் கண்டுபிடித்தேன். ஆனால் உன் விடயத்தில் முட்டாள் ஆகிவிட்டேனே."

"என்ன சார் கொலை அது இது என்கிறாய்?"

"கறுப்பையா இறந்ததால் அதைச் சொல்லலாம். அந்தப் பெண் கிணற்றில் விழவில்லை, கறுப்பையா அவளைக் கட்டிப் பிடிக்கும்போது அவள் விழுந்தாள்."

"உண்மையா சார்? அதேபோல அவரும் கிணத்தில விழுந்து செத்திருக்கிறார். அதான் சாமி சார்."

"அது சரி, எப்படி அன்பை வளைத்தாய்? சாதி பார்க்கும் உங்களோட இனத்தினர் ஏற்றுக்கொண்டார்களா?"

"இல்லை சார். அன்பு ஜாஸ்தி முரண்டு பிடிச்சது. என்னை நீ வெச்சுக்கலாம். ஆனால் ஊரறிய வந்து போகணும் என்றது. மாமா இருவரும் வைச்சுக்கடா என்று சொன்னாங்க. சார் அவங்க மாறிட்டாங்க. வேலழகனைக் கொன்றதுக்காக இப்போதும் வருத்தப்படுறாங்க. அம்மாவும் சம்சாரமும் அழுதாங்க. ஆனால் மாமாக்கள் சப்போட் இருந்தது. இறந்து போனதால் இப்ப புது வீட்டுல கமலம் தகப்பனோடு இருக்குது."

ஐந்துநிமிடத்தில் ஒரு புதிய மாடிவீட்டருகில் காரை நிறுத்திவிட்டு உள்ளே போய் ராமசாமி "கமலம்" என்றபோது நிமிர்ந்துவந்த உருவத்தைப் பார்த்தேன். அப்படியே கமலத்தின் தாயைப் பார்த்ததுபோல் இருந்தது.

"எப்படி சார்" என்ற கமலம் எனக்குப் பெரிய சோபாவைக்காட்டி, "உட்காருங்கள்" என்றாள்.

கமலத்தை நேருக்குநேர் பார்த்தேன்.

"என்ன சார் அப்படிப் பார்க்கிறீங்க?" என்றாள் கமலம்.

"இல்லை, அக்காலத்தில் அம்மா இருந்த மாதிரியிருக்கிறாய்."

"ஆமா சார், வயசாயிடுச்சுல. உங்க குடும்பம் நல்லா இருக்கா? ஏன் கூட்டிக்கிட்ட வரல?"

"எனக்கு மட்டுமே விடுமுறை. அதனாலதான் வரமுடிஞ்சது," என்றேன்.

அப்போது சால்வையை உதறியபடி வந்தவர்தான் நீலமேகம் என்பதை எனக்கு அடையாளம் காட்டியது, முதுகுக் கூனல். உடல் மெலிந்திருந்தது.

"எப்படி டாக்டர்? சீமையிலா?"

"அவுஸ்திரேலியா" என்றேன்.

"உங்களைப்போல நல்ல மனிதர்களைப் பிற்காலத்திலே புரிந்துகொண்டேன்."

வாழ்வின் கசப்பில் தோய்ந்தபடி வார்த்தைகள் வந்தன.

சிரித்தேன்.

"என்னோட தவறுகளால் என் மகள் பாதிக்கப்பட்டாள்."

"அதெல்லாம் இப்ப எதுக்கு?" என கமலம் அவரை அடக்கினாள்.

"சாப்பிட்டுவிட்டுப் போங்கள்" என்றாள்.

கமலத்தால், வாழையிலையில் அன்று வாகனச்சாரதி உட்பட மூவருக்கும் உணவு பரிமாறப்பட்டபோது நிமிர்ந்து பார்த்தேன்.

கமலம் என்னைப் பார்த்துச் சிரித்தபோது, சந்தோசமாக இருக்கிறாயா எனக் கேட்க நினைத்துவிட்டு "உங்களையெல்லாம் பார்த்தது சந்தோசம்" என்றேன்.

கமலம் சிரிப்பை எனது இலையில் வைத்துவிட்டு, தகப்பனது இலையில் மேலும் சோற்றை வைத்தாள்.

✦✦✦

நோயல் நடேசனின் பிற நூல்கள்
(காலச்சுவடு வெளியீடுகள்)

வாழும் சுவடுகள்
நோயல் நடேசன்
(அனுபவக் கதைகள்)
ரூ. 300

இந்த நூலில் நடேசன் தனது கால்நடை மருத்து அனுபவங்களைப் பதிவு செய்திருக்கிறார். கால்நடைகள், குறிப்பாக வளர்ப்புப் பிராணிகள் குறித்துத் தமிழில் யாரும் அதிகமாகப் பதிவு செய்ததில்லை. வளர்ப்புப் பிராணிகள் பற்றிய ஒன்றிரண்டு புத்தகங்களே உள்ளன. ஆனால் மிருகங்களோடு உள்ள உறவும் நெருக்கமும் பற்றிய இலக்கியப் பதிவுகள் மிகக் குறைவே.

நடேசன் காட்டும் உலகம் முற்றிலும் மாறுபட்டது. நாய்கள், பூனைகள் நம்மைச் சுற்றியுள்ள மிருகங்கள் இன்று எப்படி நடத்தப்படுகின்றன, அதற்கான நோய்மையை எப்படி நாம் அறியாமல் புறக்கணிக்கிறோம் என்பதைப் பதிவுசெய்திருக்கிறார்.

நடேசன், உலகை மனிதர்கள் மட்டும் வாழ்வதற்கான இடம் என்று பார்க்கவில்லை. மாறாகக் குற்ற உணர்ச்சியோடு மிருகங்கள், பறவைகள், எளிய உயிர்களை மனிதர்கள் தங்களது சுயலாபங்களுக்காக எந்த அளவு வதைக்கிறார்கள், கொலை செய்கிறார்கள், புறக்கணிக்கிறார்கள் என்பதையும் கவனம்கொடுத்து எழுதியிருக்கிறார். இந்தப் புத்தகத்தின் எளிமையும் ஈர்ப்பும் குறிப்பிடப்பட வேண்டியது. அவ்வகையில் வாசிக்கப்பட வேண்டிய முக்கிய நூலாகும்.

எஸ். ராமகிருஷ்ணன்

கானல் தேசம்
நோயல் நடேசன்
(நாவல்)
ரூ. 495

இலங்கையின் முப்பதாண்டுக் கால இனப்போர்ப் பிரதேசத்துள் நிகழும் புனைவிது. போருக்காகக் கட்டமைக்கப்படும் நியாயப் புனிதங்களின் இருள் ஆழங்களில் புதையுண்ட வரலாற்றுண்மைகளை மானுட அறத்தின் ஒளிமூலம் பேச விழையும் பிரதி. வரலாற்றாசிரியர்கள் பேசத் தயங்குகிற, பேசுவதற்குரிய ஆதாரப் புள்ளிகளை முன்வைக்க முடியாத சூழலில் உருவாகும் இடைவெளிகளை இந்தப் புனைவு நிரப்ப முயல்கிறது. புனைவெழுத்தின் சாத்தியங்களும் அதற்கான துணிவுமே இதனுடைய விரிவும் வலிமையும். உண்மைகள் எங்கும் எந்த ரூபத்திலுமிருக்கும். அவற்றைக் கண்டடைவதே இலக்கியப் பிரதியின் வழி என்ற நம்பிக்கையின் துணிவோடு நிகழும் காலக் கதை. மெய்யும் புனைவுமான கலவையில் துலங்கும் வரலாற்றுப் பாடமிது. உருமறைப்புச் செய்யப்பட்ட உண்மைகளின் கண்களைத் திறந்து நமது கண்களை ஊடுருவிப் பார்க்கும் சாட்சியம்.